A VATICAN II JOURNEY

Fifty Milestones

VATICANO II

Paglalakbay sa Limampung Taon

James H. Kroeger

A Vatican II Journey: Fifty Milestones
James H. Kroeger

Translations in Filipino:
Paul J. Marquez

Artwork:
Henry C. Ponce

Library of Congress Cataloging-in-Publication Data

Kroeger, James H.
    A Vatican II Journey: Fifty Milestones
        p. x + 118 cm. 21 x 13.7

        1. Vatican Council (2nd : 1962-1965). 2. Catholic Church—
Doctrines. 3. Catholic Church—History—20th Century.
4. Church Renewal—Catholic Church. 5. Church Union—
Catholic Church. I. Title. II. Kroeger, James H.

        BX830.1962 K768 2012
        262.52—dc22

Published in 2012 by

ST PAULS
7708 St. Paul Road, San Antonio Village
1203 Makati City, Philippines
Tel. (632) 8959701 to 04 • (632) 8966771
Fax. (632) 8907131
Website: www.stpauls.ph
E-mail for orders: wholesale@stpauls.ph

Copyright © 2012
ST PAULS PHILIPPINES
ISBN: 978-971-004-132-9
Church History

Printing Information:
Current Printing: first digit

2	3	4	5	6	7

Year of current printing: first year shown

2013	2014	2015	2016	2017	2018

ST PAULS is an apostolate of priests and brothers of the SOCIETY OF ST. PAUL
who proclaim the Gospel through the media of social communication.

CONTENTS

A VATICAN II JOURNEY

Fifty Milestones

VATICANO II

Paglalakbay sa Limampung Taon

Holy Spirit

Introduction

"Ignorance of Vatican II is ignorance of the action of the Holy Spirit in the Church today" clearly echoes the famous words of Saint Jerome: "Ignorance of Scripture is ignorance of Christ."

To promote a deeper understanding and appreciation of the Second Vatican Council (1962-1965), over the past year the weekly missalette *Sambuhay* from the Society of Saint Paul has published a short Vatican II catechesis. In fifty "Vatican II vignettes" key themes and insights of the Council were presented for instruction and reflection. Now, these brief glimpses are gathered together in this handy volume, appearing in both English and Filipino, as the Church celebrates the fiftieth anniversary of Vatican II.

The Council, the greatest religious event of the twentieth century, contains a wealth of insights. Pope Benedict XVI has forcefully noted: "Pope John Paul II rightly pointed out the Council as a 'compass' by which to take our bearings in the vast ocean of the third millennium."

The goal of this collection can simply be expressed in the Italian word that Blessed John XXIII used to capture the purpose of the Council: *aggiornamento* (profound renewal of the Church). Use this book for personal growth, spiritual meditation, and deeper insight into the action of the Holy Spirit in the Church—and in your own life.

The Church never tires of praying: *Veni, Sancte Spiritus!* Come Holy Spirit!

James H. Kroeger, MM

Pasimula

"Ang kamangmangan ukol sa Vaticano II ay kamangmangan sa pagkilos ng Espiritu Santo sa Simbahan ngayon." Masasabi natin ito sa diwa ng popular na linyang binitiwan ni San Geronimo: "Ang kamangmangan sa Banal na Kasulatan ay kamangmangan kay Kristo." Upang palaganapin ang lalong malalim na pag-unawa at pagpapahalaga sa Ikalawang Konsilyo Vaticano (1962-1965), ang Lingguhang gabay sa Misa na *Sambuhay* mula sa Society of Saint Paul ay naglathala, mahigit isang taon na ang nakakalipas, ng isang maikling katesismo ukol sa Vaticano II. Sa limampung "pagbabalik-tanaw sa Vaticano II" tinalakay ang mga pangunahing tema at mga kabatiran para sa pagtuturo at pagninilay. Ang maiikling pagbabalik-tanaw na ito ay tinipon sa maliit na aklat, sa wikang Ingles at Filipino, ngayong ipinagdiriwang ng Simbahan ang ika-50 anibersaryo ng Vaticano II.

Ang Konsilyo, na siyang pinakadakilang pangyayari sa ika-20 siglo, ay nagtataglay ng mayamang mga kabatiran. Binigyang-diin ni Papa Benedicto XVI: "Matuwid ang pagtukoy ni Papa Juan Pablo II sa Konsilyo bilang isang gabay na siyang papatnubay sa atin sa malawak na karagatan ng ikatlong milenyo."

Ang pakay ng koleksiyong ito ay maisasalarawan sa salitang Italyanong pinili ni Beato Juan XXIII para tukuyin ang layunin ng Konsilyo: *aggiornamento* (malalim na pagpapanibago ng Simbahan). Gamitin ninyo ang aklat na ito para sa personal ninyong paglalakbay tungo sa espirituwal na pag-unlad, meditasyon at malalim na pag-unawa sa pagkilos ng Espiritu Santo sa Simbahan—at sa sarili mong buhay.

Hindi nagsasawa ang Simbahan sa pananalangin: *Veni, Sancte Spiritus!* Halina, Espiritu Santo!

James H. Kroeger, MM

• 1 •

Introducing Vatican Council II

The Second Vatican Council was the 21st general or ecumenical council of the Church; its four sessions extended from October 11, 1962 until December 8, 1965. The Council is undoubtedly the most significant religious event of the twentieth century.

On January 25, 1959, less than 100 days after his election, Pope John XXIII summoned the Council. Many people were surprised that this "caretaker" pope (he was already 77 years old) would undertake such an enormous project.

John XXIII set out three general purposes for the Council: (1) spiritual renewal of the Church; (2) an updating (*aggiornamento*) of its pastoral attitudes and approaches, and (3) the promotion of unity among Christians.

The entire Church celebrates the 50th anniversary of the Council (1962-1965). Once again, Catholics are called to *appreciate* and *appropriate* the marvelous fruits of the Council.

• 1 •

Pasimula ukol sa Vaticano II

Ang Ikalawang Konsilyong Vaticano ay ang ika-21 pangkalahatan o ekumenikong konsilyo ng Simbahan; umabot ang apat na sesyon nito mula Oktubre 11, 1962 hanggang Disyembre 8, 1965. Walang duda na ang Konsilyong ito ang pinakamahalagang kaganapang pangrelihiyon sa ika-20 siglo. Pinasimulan ni Papa Juan XXIII ang Konsilyo noong Enero 25, 1959 humigit-kumulang 100 araw pagkatapos siyang hiranging Santo Papa. Marami ang nagulat na haharapin ng Santo Papa ang gayong kalaking gawain dahil sa edad na 77, itinuring siya ng karamihan na isa lamang "katiwalang Santo Papa" o panandaliang kahalili.

Inilatag ni Papa Juan XXIII ang tatlong pangkalahatang layon ng Konsilyo: (1) ang pagpapanibagong espirituwal ng Simbahan; (2) ang pagsasapanahon (*aggiornamento*) ng kanyang saloobing pastoral at mga pamamaraan, at (3) ang pagtataguyod ng pagkakaisa ng mga Kristiyano.

Ipinagdiriwang ng buong Simbahan ang ika-50 taon ng Konsilyo (1962-1965). Muli, hinihimok ang lahat ng mga Katoliko na *pahalagahan* at *tanggapin* ang mga magagandang bunga ng Konsilyo.

Vatican II: Startling Statistics

The significance of the Second Vatican Council is to be found in its 16 documents as well as in the renewal of the Church wrought by the Holy Spirit; yet, one may enjoy knowing some of the "impressive" facts of the entire Vatican II project.

There were 168 general meetings and 10 plenary ones. During the general meetings 147 introductions or reports were read and 2,212 speeches given; there were also 4,361 written interventions. The average daily attendance of bishops was 2,200; the peak of 2,392 was reached on December 6, 1965.

During the four sessions, 242 Council Fathers died, including 12 cardinals. The number of officially designated experts (*periti*) was 460, of whom 235 were diocesan priests, 45 were Jesuits, 42 Dominicans, and 15 Franciscans.

Statistics do not tell the full story of the Council, but they certainly reveal another rich dimension of John XXIII's ambitious renewal project.

Vaticano II: Mga Nakagugulat na Datos

Matutukoy ang kabuluhan ng Ikalawang Konsilyong Vaticano sa 16 na mga dokumentong inilabas nito sampu na rin ng pagpapanibagong naganap sa Simbahan dulot ng kapangyarihan ng Espiritu Santo. Gayon pa man, mabuti ring mabatid ang ilan sa mga natatanging pangyayari sa kabuuan ng Konsilyo Vaticano II.

Nagkaroon ng 168 na mga karaniwang pulong (general) at sampung pulong na saklaw ang kabuuan (plenary). Sa mga karaniwang pulong 147 na mga pag-uulat ang binasa at 2,212 na mga talumpati ang pinakinggan. May naitala ding 4,361 na mga kuru-kuro at mga puna na pawang nakasulat. Ang karaniwang bilang ng mga obispong dumalo araw-araw ay nasa 2,200; umabot sa pinakamalaking bilang na 2,392 noong Disyembre 6, 1965.

Sa loob ng apat na sesyon, 242 sa mga dumalo ang binawian ng buhay, kabilang ang 12 mga kardinal. Nasa 460 ang bilang ng mga opisyal na hinirang bilang mga eksperto *(periti)*, 235 ay mga paring diosesano, 45 ay mga Heswita, 42 ay mga Dominikano, at 15 ay mga Pransiskano.

Hindi man mailahad ng mga datos ang buong kuwento ukol sa Konsilyo subalit makikita dito ang lawak ng malaking proyekto ni Juan XXIII tungo sa pagpapanibago ng Simbahan.

• 3 •

John XXIII: Father of the Council

Angelo Giuseppe Roncali, who took the name John XXIII, was pope from 1958 to 1963. He was the most beloved pope of modern times. His vision of Vatican II was eloquently expressed in the opening talk he gave to the Council on October 11, 1962.

"Good Pope John," as he was affectionately known, noted that the Council would bring great joy to Mother Church. He encouraged an attentive reading of the "signs of the times," so that the Church would be more attuned to the needs of the contemporary world.

John's positive and optimistic outlook prompted him to say that he disagreed "with those prophets of gloom who are always forecasting disaster, as though the end of the world were at hand."

John definitely put his stamp on the Council, even though he died in 1963 after the completion of only the first of four Council sessions. Paul VI was chosen as his successor and immediately declared the continuation of Vatican II.

Juan XXIII: Ama ng Konsilyo

Naglingkod bilang Papa si Angelo Giuseppe Roncali mula 1958 hanggang 1963. Pinili niya ang pangalang Juan XXIII at siya ang Santo Papang labis na minahal ng mga tao sa makabagong panahon. Inilahad niya ang kanyang pananaw ukol sa Vaticano II sa mga salitang binitiwan niya sa pagbubukas ng Konsilyo noong Oktubre 11, 1962.

Tinawag siya ng karamihan bilang "Ang Mabuting Papa." Para sa kanya, malaking kaligayahan ang idudulot ng Konsilyo para sa Inang Simbahan. Hinimok niya ang lahat na maging mapagmasid sa mga inihuhudyat ng panahon para maiugma ng Simbahan ang kanyang pagharap sa mga pangangailangan ng makabagong daigdig.

Puno ng pag-asa at positibo ang pananaw ni Juan XXIII kaya't salungat ang kanyang paninindigan "sa mga propeta ng lagim na tuwina'y nagbababala ng kapahamakan, animo'y sasapit na ang pagwawakas ng daigdig."

Nanatiling nakaukit ang diwa ni Juan XXIII sa Konsilyo kahit pumanaw man siya noong 1963 pagkatapos ng una sa apat na mga sesyon. Hinirang na kahalili niya si Pablo VI at kaagad nitong ipinahayag ang pagpapatuloy ng Vaticano II.

Pope John XXIII

• 4 •

The Wit and Wisdom of John XXIII

Pope John XXIII, known as "The People's Pope," was genuinely loved because of his outgoing personality and accessibility. He liked to stroll in the Vatican Gardens and speak to the workmen. He visited the *Regina Coeli* prison on his first Christmas and later the children's hospital in Rome.

John XXIII manifested both wit and a hearty sense of humor. When he was asked how many persons work at the Vatican, he replied with a wink in his eye: "Oh, no more than half of them."

Once, when being carried in the portable chair through the crowd, he overheard two Italian ladies speaking of his appearance, saying that his face looked old, his nose was huge, and that he was fat. The Pope quipped to them: "Being Pope is not a beauty contest!"

When John died in June 1963, a major newspaper headline simple read: "A Death in the Family." John bequeathed this open and congenial spirit to all he met—and to Vatican II.

• 4 •

Si Juan XXIII: Matalas at Matalino

Tinawag na "Santo Papa ng Taumbayan" si Juan XXIII. Tunay siyang napamahal sa tao dahil bukas ang kanyang pagkatao at hindi siya mahirap abutin. Kinawilihan niyang mamasyal sa hardin ng Vaticano at makipag-usap sa mga manggagawa. Sa kanyang unang Pasko bilang Santo Papa, dinalaw niya ang mga bilanggo sa piitan sa *Regina Coeli* at pagkatapos niyon ay dinalaw niya ang mga bata sa isang ospital sa Roma.

Kinakitaan ng talas ng isip at pagka-palabiro si Juan XXIII. Nang minsang tanungin siya kung ilan ang nag-tatrabaho sa loob ng Vaticano, sumagot siya sabay kindat: "Hindi hihigit sa kalahati ng buong bilang."

Minsan habang siya'y nakaupo sa silya at binubuhat sa karamihan ng mga tao, narinig niyang nag-uusap ang dalawang Italyana tungkol sa kanyang anyo. Sabi nila'y matanda na raw ang Santo Papa, malaki ang ilong at siya'y mataba. Nagbiro ang Papa: "Ang pagiging Santo Papa ay hindi isang beauty contest!"

Nang pumanaw si Juan noong Hunyo 1963, simple ang naging headline ng isang diaryo: "May Namatay sa Pamilya." Ipinamana ni Juan ang kanyang bukas at magiliw na diwa sa lahat ng kanyang nakaharap—at sa Vaticano II.

• 5 •

Two Pillars of Renewal

The term that Blessed Pope John XXIII employed to capture his agenda for Vatican II was *aggiornamento*, an Italian word which means "bringing up to date."

This vision is reminiscent of the traditional Latin phrase *ecclesia semper reformanda;* the Church must always be reforming, she needs renewal, revitalization, transformation, conversion, change and growth.

Aggiornamento envisions a profound inner transformation (not only external changes). This endeavor demands a second principle: *ressourcement.* This French word expresses a return to the sources of faith (e.g. Scripture, Tradition, Church Fathers) and integrating them into contemporary ecclesiology.

Aggiornamento and *ressourcement* are two foundational pillars that guided all four sessions of the Second Vatican Council (1962-1965). They also guide all efforts today to truly become Christ's Church, to be the holy People of God.

• 5 •

Dalawang Haligi ng Pagpapanibago

Ang salitang ginamit ni Beato Juan XXIII para tukuyin ang kanyang layunin para sa Vaticano II ay *aggiornamento*, isang salitang Italyano na ang ibig sabihin ay "pagsasapanahon." Ang pangarap na ito'y nagpapaalala sa tradisyonal na linyang Latin *ecclesia semper reformanda*; kailangang patuloy na nagpapanibago ang Simbahan; kailangan niya ng mga pagbabago, bagong sigla, pagbabalik-loob at paglago. Pinapangarap ng *aggiornamento* ang malalim na pagpapanibago (hindi lamang mga panlabas na pagbabago). Tungo rito, kailangan ang *ressourcement*. Ang salitang Pranses na ito ay tumutukoy sa pagbalik sa mga pinagmulan ng ating pananampalataya (gaya ng Banal na Kasulatan, Tradisyon, mga Ama ng Simbahan) at ipinapaloob ito sa makabagong pagkilos bilang isang Simbahan.

Ang *aggiornamento* at ang *ressourcement* ay dalawang saligang haligi na naging gabay ng Ikalawang Konsilyo Vaticano (1962-1965). Patuloy din silang nagsisilbing gabay ngayon kung paano tayo magiging totoong Simbahan ni Kristo, ang banal na Bayan ng Diyos.

• 6 •

Paul VI: Faithful Servant

Pope Paul VI, elected on June 21, 1963, immediately pledged to continue the Second Vatican Council. He served as supreme pontiff for 15 years (1963-1978), laboring tirelessly to complete the Council and to implement the vision and mandates of Vatican II.

When the Council reconvened on September 29, 1963, Paul VI named four priorities: a better understanding of the nature and mission of the Church, continued reforms within the Church, advancement of Christian unity, and better dialogue with the world.

He purposely chose the name Paul to indicate that his pontificate would focus on a renewed worldwide mission to spread Christ's message. He was the first pope to travel by airplane; he visited the Philippines in November 1970.

Paul VI died on August 6, 1978. Church historians regard Paul VI favorably, especially for the deft manner in which guided the Council-inspired renewal of the Church.

• 6 •

Paul VI: Tapat na Lingkod

Hinirang na Santo Papa noong Hunyo 21, 1963, kaagad ipinasiya ni Paul VI na ipagpatuloy ang Ikalawang Konsilyo Vaticano. Nanungkulan siya bilang Santo Papa sa loob ng 15 taon (1963-1978), walang-pagod na naglingkod para tapusin ang Konsilyo at isakatuparan ang pananaw at mga atas ng Vaticano II. Nang muling buksan ang Konsilyo noong Setyembre 29, 1963, binigyang tuon ni Paul VI ang apat na mahahalagang mga bagay: higit na mabuting pag-unawa sa kalikasan at misyon ng Simbahan, patuloy na reporma sa Simbahan, pagsusulong ng pagkakaisa ng lahat ng mga Kristiyano, at higit na mabuting pakikipag-diyalogo sa daigdig.

Sadya niyang pinili ang pangalang Pablo bilang hudyat na pagtutuunan niya bilang Santo Papa ang pagbabagong-sigla ng pamamansag ng mensahe ni Kristo. Siya ang kauna-unahang Santo Papa na naglakbay sakay ng eroplano; dumalaw siya sa Pilipinas noong Nobyembre 1970.

Pumanaw si Pablo VI noong Agosto 6, 1978. Mataas ang tingin ng mga historyador kay Pablo VI, lalo na dahil sa mahusay niyang paggabay sa Konsilyo tungo sa pag-papanibago ng Simbahan.

POPE PAUL VI

Christ, the Human Face of God

The renewal of humanity fostered by the Second Vatican Council is patterned on the person of Christ, whom the Council calls the "New Man" and the "Alpha and Omega."

"In reality it is only in the mystery of the Word made flesh that the mystery of humanity truly becomes clear. Christ ... fully reveals humanity to itself" (GS 22).

"The Word of God ... was made flesh, so that as a perfect man, he could save all.... The Lord is the goal of human history, the focal point of the desires of history and civilization, the center of humanity, the joy of all hearts, and the fulfillment of all aspirations" (GS 45).

"By his incarnation, he, the Son of God, has in a certain way united himself with each individual. He worked with human hands, he thought with a human mind. He acted with a human will, and loved with a human heart. Born of the Virgin Mary, he has truly been made one of us, like to us in all things except sin" (GS 22).

• 7 •

Hesukristo, ang Mukha ng Diyos

Ang pagpapanibago ng sangkatauhan na isinulong ng Ikalawang Konsilyo Vaticano ay batay sa pagkatao ni Kristo, na tinutukoy na "Bagong Tao" at ang "Alpha at Omega." "Sa katunayan tanging sa hiwaga lamang ng Salitang nagkatawang-tao tunay na lumilinaw ang hiwaga ng sangkatauhan. Si Kristo ... ganap na ibinubunyag sa sangkatauhan ang kanyang sarili" (GS 22).

"Nagkatawang-tao ang Salita ng Diyos, upang mailigtas ng perpektong tao ang lahat.... Ang Panginoon ay ang layon ng kasaysayan ng tao, ang sentro ng mga hangarin ng kasaysayan at sibilisasyon, ang puno't dulo ng sangkatauhan, ang ligaya ng ating mga puso, at ang kaganapan ng ating mga pangarap" (GS 45).

"Sa pagkakatawang-tao niya, iniugnay ng Anak ng Diyos ang kanyang sarili sa bawat nilalang sa natatanging paraan. Nagpagal siya gamit ang mga kamay ng isang tao, nag-isip siya gamit ang isipan ng isang tao. Kumilos siya ayon sa kalooban ng isang tao, at nagmahal taglay ang puso ng isang tao. Isinilang kay Birheng Maria, tunay siyang naging kawangis natin sa lahat ng bagay, maliban lamang sa pagkakasala" (GS 22).

• 8 •

Paul VI, Mary and the Church

The Second Vatican Council incorporated its teaching on Mary into its 1964 document on the Church, *Lumen Gentium;* this decision firmly anchors Marian theology within mainstream Church teaching.

The eighth chapter of *Lumen Gentium* (Nos. 52-68) bears the title: "The Role of the Blessed Virgin Mary, Mother of God, in the Mystery of Christ and the Church." In itself, this title presents a balanced and integrated Mariology, always linking Mary to Christ and the Church.

Pope Paul VI was a Marian devotee. Following his famous predecessor, Saint Ambrose of Milan, Paul VI named Mary "Mother of the Church" at the close of Council Session III on November 21, 1964.

Among Paul VI's pivotal documents is *Marialis Cultus* (On Marian Devotion, 1974). Excellent Marian reflections are found in John Paul II's *Redemptoris Mater* (Mother of the Redeemer, 1987) and in the Philippine Bishops' *Ang Mahal Na Birhen* (Mary in Philippine Life Today, 1975).

• 8 •

Paul VI, Si Maria at ang Simbahan

Ipinaloob ng Ikalawang Konsilyo Vaticano ang pagtuturo nito tungkol kay Maria sa dokumento ukol sa Simbahan, *Lumen Gentium,* noong 1964. Sa ganitong paraan, ganap na pinagtibay ang kaugnayan ng teolohiya ukol kay Maria sa batayang teolohiya ng Simbahan.

Ganito ang pamagat ng ikawalong kabanata ng *Lumen Gentium* (Blg. 52-68): "Ang Papel ng Pinagpalang Birheng Maria, Ina ng Diyos, sa Misteryo ni Kristo at ng Simbahan." Ipinapakita sa pamagat na ito ang isang balanse at buong pag-aaral tungkol kay Maria, tuwinang inuugnay si Maria kay Kristo at sa Simbahan.

Si Papa Pablo VI ay deboto ni Maria. Sa pagsunod niya sa dakila niyang sinundan, si San Ambrosio ng Milan, pinanga-lanan ni Pablo VI si Maria na "Ina ng Simbahan" sa pagtatapos ng Sesyon III ng Konsilyo noong Nobyembre 21, 1964.

Isa sa mga mahahalagang dokumentong iniakda ni Pablo VI ay ang *Marialis Cultus* (Sa Pagdedebosyon kay Maria, 1974). Mahahalagang pagninilay ukol kay Maria ay matatagpuan sa *Redemptoris Mater* (Ina ng Tagapagligtas) na akda ni Juan Pablo II noong 1987. Gayon din, natatangi ang pagninilay ng mga Obispong Pilipino sa *Ang Mahal na Birhen* (Mary in Philippine Life Today, 1975).

• 9 •

Fostering Liturgical Renewal

The *Constitution on the Sacred Liturgy* (*Sacrosanctum Concilium*) [SC] was the first of sixteen documents that Vatican II promulgated. A very close and organic bond exists between the renewal of the liturgy and the renewal of the whole life of the Church.

The Council describes the liturgy as the "source and summit" (the origin and goal) of the Church's life; the Eucharist draws the faithful "into the compelling love of Christ and sets them on fire" (SC 10).

A pivotal principle of liturgical renewal is that the Church "earnestly desires that all the faithful be led to *full, conscious, and active participation* in liturgical celebrations." For Catholics this is "their right and duty by reason of their baptism" (SC 14).

To achieve better participation, the Church adopted several changes (e.g. use of local languages and indigenous music). Active participation renews the Church and helps shape the Christian community into God's holy people.

Pagtataguyod sa Pagpapanibago ng Liturhiya

Ang *Saligan sa Banal na Liturhiya* (*Sacrosanctum Concilium*) [SC] ang una sa labing-anim na mga dokumentong inilabas ng Vaticano II. Lubhang malapit at natural ang kaugnayan ng pagpapanibago ng liturhiya sa pagpapanibago sa buhay ng pangkalahatang Simbahan. Inilarawan ng Konsilyo ang liturhiya bilang "pinagmumulan at rurok" ng buhay ng Simbahan; tinitipon ng Eukaristiya ang mga mananampalataya "sa mapanghalinang pag-ibig ni Kristo at pinag-aalab ang kanilang kalooban" (SC 10).

Ang mahalagang prinsipyo ng pagpapanibago ng liturhiya ay ang paghahangad ng Simbahan na lahat ng mananampalataya ay akayin tungo sa *buo, mulat at aktibong pakikibahagi sa mga pagdiriwang ng liturhiya.* Para sa mga Katoliko ito ay "ang kanilang karapatan at tungkulin sa diwa ng kanilang binyag" (SC 14).

Para makamit ang higit na mabuting partisipasyon, ipinasok ng Simbahan ang ilang mga pagbabago katulad ng paggamit sa mga dialekto at mga katutubong himig. Sa pamamagitan ng aktibong partisipasyon nagpapanibago ang Simbahan at tinutulungan nitong hubugin ang pamayanang Kristiyano para maging banal na bayan ng Diyos.

• 10 •

Renewing the Vision of the Church

The biggest achievement of the Second Vatican Council was its new way of understanding the Church. This renewed vision is articulated in the *Dogmatic Constitution on the Church* (*Lumen Gentium*) [LG].

LG presents the Church using biblical images, predominantly the "People of God." She is a communion of baptized believers, moving as a pilgrim people towards the Kingdom of God and heaven. She is one body that is both "holy and sinful"; she "embraces sinners in her bosom" (LG 8).

The Church is organized hierarchically, yet she is to become a true community, the Body of Christ. All members (clergy, religious, laity) are called to holiness; all have specific roles, rights, and responsibilities.

The Holy Spirit guides the Church, so that she will become a "sacrament" (visible sign) of God's love to the world and all sectors of human society. The Council views Mary as the Mother of the Church.

• 10 •

Pagpapanibago sa Pananaw ng Simbahan

Ang pinakamalaking nagawa ng Ikalawang Konsilyo
Vaticano ay ang bago niyang pag-unawa sa Simbahan.
Ang bagong pananaw na ito ay ipinahayag sa *Saligan sa
Mga Sinasampalatayanang Turo ng Simbahan* (*Lumen
Gentium*) [LG].

Ipinakita ng LG ang Simbahan gamit ang mga larawan
mula sa Bibliya, lalo na ang larawan ng "Bayan ng Diyos."
Ang Simbahan ay isang komunyon ng mga binyagang
mananampalataya, mga manlalakbay patungo sa Kaharian
ng Diyos at langit. Isa siyang katawan na kapwa "banal at
nagkakasala"; "niyayakap niya ang mga makasalanan sa
kanyang piling" (LG 8).

Itinatag ang Simbahan na isang herarkiya, bagamat layon
nitong maging isang tunay na pamayanan, ang Katawan ni
Kristo. Lahat ng mga kabilang dito (klero, mga relihiyoso,
laiko) ay tinatawag tungo sa kabanalan; bawat isa ay may
sariling papel, mga karapatan at mga responsibilidad.

Ginagabayan ng Banal na Espiritu ang Simbahan, para
siyang maging isang "sakramento" (hayag na palatandaan) ng
pag-ibig ng Diyos sa daigdig at sa lahat ng sektor ng pamaya-
nan ng tao. Para sa Konsilyo, si Maria ang Ina ng Simbahan.

Saint Peter's Basilica

The Word of God: Source of Renewal

Entitled *Dei Verbum* [DV] (Word of God), the *Dogmatic Constitution on Divine Revelation* was discussed at all four sessions of Vatican II (1962-1965).

The Council wished to promote both an authentic hearing and confident proclamation of God's Word. Vatican II desired that "by hearing the message of salvation the whole world may believe; by believing, it may hope; and by hoping, it may love" (DV 1).

To achieve these goals, DV discusses the nature of Tradition and its relation to Scripture, how the bible contains God's revelation, the historicity of the Gospels, and the reading, diffusion, and interpretation of the Bible.

The Council urged all the Christian faithful "to learn by frequent reading of the divine Scriptures the 'exceeding knowledge of Jesus Christ' (Phil 3:8)." DV 25 recalls the words of Saint Jerome: "Ignorance of the Scriptures is ignorance of Christ."

• 11 •

Ang Salita ng Diyos: Ang Bukal ng Pagpapanibago

Ang dokumentong *Dei Verbum* [DV] (Salita ng Diyos) o *Saligang Katuruan ukol sa Pagbubunyag ng Diyos* ay pinagpulungan sa lahat ng apat na sesyon ng Vaticano II (1962-1965). Nais itaguyod ng Konsilyo ang tapat na pakikinig sa Salita ng Diyos at ang pagpapahayag nito na puno ng pananalig. Hangad ng Vaticano II na sa pamamagitan ng pakikinig sa mensahe ng pagliligtas, sasampalataya ang buong daigdig; sa pananalig, ito'y matututong umasa; at sa pag-asa, ito'y matututong umibig" (DV 1).

Para makamit ang mga layuning ito, tinatalakay ng DV ang Tradisyon at ang kaugnayan nito sa Salita ng Diyos, kung paanong nagtataglay ang Bibliya ng pagbubunyag ng Diyos, ang kasaysayan sa likod ng mga Ebanghelyo at ang pagbasa, pagpapalaganap, at interpretasyon ng Bibliya.

Hinikayat ng Konsilyo ang lahat ng mga mananampalatayang Kristiyano na matutunan ang labis-labis na karunungan ni Hesukristo (Fil 3:8) sa pamamagitan ng pagbabasa ng Banal na Salita ng Diyos. Sa DV 25 ipinaaalala ang mga salita ni San Geronimo: "Ang kamangmangan sa Salita ng Diyos ay kamangmangan kay Kristo."

• 12 •

Christians Engaging the Modern World

The longest of the sixteen documents of Vatican II is *Gaudium et Spes* [GS] (Joy and Hope), the *Pastoral Constitution on the Church in the Modern World.*

GS takes a comprehensive view of the Church's mission in the world, calling her to engage in dialogue with contemporary society and its problems. The Church is to bring her teaching and moral values to bear on a world often experiencing hatred, war, and injustice.

To achieve this task, "the Church has always had the duty of scrutinizing the signs of the times and of interpreting them in the light of the Gospel" (GS 4).

This "Church-World" dialogue is to engage all people: Catholics, other Christians, other religious believers, people of good will, and even those who oppose and oppress the Church. The dialogue is to be all-embracing and comprehensive; the goal is to "build up the world in genuine peace" (GS 92).

• 12 •

Mga Kristiyanong Nakikilahok
sa Makabagong Panahon

Ang pinakamahaba sa labing-anim na dokumento ng Vaticano II ay ang *Gaudium et Spes* [GS] (Tuwa at Pagasa), ang *Saligan sa Pastoral na Pagkilos ng Simbahan sa Makabagong Panahon*. Gumawa ng malawakang pagtingin ang GS sa misyon ng Simbahan sa daigdig. Tinawag ng GS ang Simbahan na makilahok sa diyalogo sa makabagong lipunan at sa mga suliranin nito. Inaasahan ang Simbahan na magdala ng kanyang pagtuturo at mga pagpapahalagang moral sa mundong madalas dumaranas ng poot, giyera, at kawalang katarungan.

Tungo sa layong ito, "tungkulin ng Simbahan na suriing mabuti sa tuwina ang mga hudyat ng panahon at unawain ito ayon sa liwanag ng Ebanghelyo" (GS 4).

Ang diyalogong ito sa pagitan ng Simbahan at daigdig ay kailangang lahukan ng lahat ng tao: mga Katoliko, ibang mga Kristiyano, mga mananampalataya sa ibang relihiyon, lahat ng mga taong may mabuting kalooban, at maging yaong kumakalaban at umaapi sa Simbahan. Ang diyalogong ito'y malawakan at puspusan; ang layon ay "itaguyod ang daigdig sa tunay na kapayapaan" (GS 92).

• 13 •

Reformability of the Church

The Second Vatican Council expressed its understanding of the Church through the biblical image of the People of God. While this people was in a covenant relationship and was known as "God's holy people," it was sometimes unfaithful. Indeed, it was a holy-yet-sinful people.

Vatican II openly admitted: "The Church, embracing sinners in her bosom, is at the same time holy and always in need of being purified, and incessantly pursues the path of penance and renewal" (LG 8).

The Council commented on divisions among Christians and noted that the responsibility for separations (e.g. Catholic-Protestant) is shared: "people of both sides were to blame" (UR 3).

Pope John XXIII, Father of Vatican II, advised the Church not to "conduct a trial of the past." As Catholics, we rejoice to be part of God's people, the Church—with its limitations and with its clear holiness and beauty. We deeply love Christ's Church.

• 13 •

Pagrereporma sa Simbahan

Ang pag-unawa ng Ikalawang Konsilyo Vaticano sa Simbahan ay sa pamamagitan ng larawan sa Bibliya bilang Bayan ng Diyos. Habang ang bayang ito ay nakipagtipan sa Diyos at kinilala bilang "banal na bayan ng Diyos," naging salawahan din ito sa ilang mga pagkakataon. Tunay ngang ang bayang ito ay banal ngunit makasalanan din.

Tahasang inamin ng Vaticano II: "Ang mga makasalanan ay tinatanggap sa sinapupunan ng Simbahan na bagamat banal ay palaging nangangailangan ng paglilinis, at patuloy na tinatahak ang daan ng pagsisisi at pagpapanibago" (LG 8).

Nagbigay pansin ang Konsilyo sa pagbabahagi ng mga Kristiyano at tinukoy na ang responsibilidad sa mga paghihiwalay (gaya ng mga Katoliko at Protestante) ay "pananagutan ng kapwa panig" (UR 3).

Si Papa Juan XXIII ang tinaguriang "Ama ng Vaticano II." Pinayuhan niya ang Simbahan laban sa "paglilitis sa nakaraan." Bilang mga Katoliko, nagagalak tayo bilang kabahagi ng bayan ng Diyos, ang Simbahan—sa taglay nitong mga kahinaan sampu ng kanyang malinaw na kabanalan at kagandahan. Sadyang mahal natin ang Simbahan ni Kristo.

• 14 •

Attention to God's Word

Vatican II, especially in *Dei Verbum*, placed great emphasis on a renewed love of sacred scripture as the Word of God. Catholics are to know scripture and integrate it in their lives.

The Council asserted: "Easy access to sacred scripture should be provided for all the Christian faithful" (DV 22). This may be achieved through a variety of means: bible study groups, well-prepared liturgies and sermons, personal meditation, daily commitment to read scripture prayerfully. God *will* speak through his inspired word!

Listen to the emphatic words of Vatican II: "This sacred Synod earnestly and specifically urges all the Christian faithful ... to learn by frequent reading of the divine scriptures the 'excelling knowledge of Jesus Christ' (Phil 3:8)" (DV 25).

Because sacred scripture is a privileged place to encounter God, a renewed commitment to God's Word should be high on the agenda of Catholics today.

• 14 •

Pagtunghay sa Salita ng Diyos

Binigyan ng mahalagang diin ng Vaticano II, lalo na sa *Dei Verbum*, ang ibayong pagmamahal sa Banal na Kasulatan bilang Salita ng Diyos. Ang mga Katoliko ay kailangang maging pamilyar sa Banal na Kasulatan at sikapin na isabuhay ito.

Ipinahayag ng Konsilyo: "Ang Banal na Kasulatan ay kailangang madaling mapasakamay sa lahat ng mga mananampalatayang Kristiyano" (DV 22). Matatamo ito sa iba't ibang mga paraan: pangkat-pangkat na pag-aaral ng Bibliya, maayos na paghahanda ng mga sermon at liturhiya, pansariling pagninilay, taimtim na pagbabasa ng Kasulatan araw-araw. Magsasalita ang Diyos sa pamamagitan ng kanyang salita!

Binigyang-diin ito ng Vaticano II: "Ipinamamanhik ng banal na Sinodong ito na lahat ng mga Kristiyanong mananampalataya ay ... matutunan sa pamamagitan ng malimit na pagbabasa sa Banal na Kasulatan "ang pagkakilala kay Kristo Hesus na Panginoon" (Fil 3:8) (DV 25).

Ang ibayong pagtatalaga ng sarili sa Salita ng Diyos ay kailangang maging pangunahing layunin ng bawat Katoliko ngayon.

CARDINAL AUGUSTIN BEA, SJ

• 15 •

Cardinal Augustin Bea, Jesuit Biblical Scholar

Cardinal Bea was a highly influential figure at Vatican II. Pope John XXIII had requested Bea to serve on the central preparatory commission for the Council.

In the mind of John XXIII, promoting Christian unity was an important objective of Vatican II. The pope had established the Secretariat for Promoting Christian Unity in 1960 and appointed Bea as its president. He influenced the writing of *Unitatis Redintegratio*, the Council's decree on ecumenism.

Bea was an esteemed biblical scholar; he taught at the Pontifical Biblical Institute in Rome and was its rector from 1930-1949. He influenced the biblical encyclical *Divino Afflante Spiritu* (1943) and participated in drafting the Vatican II document *Dei Verbum* on Revelation and the Word of God.

Bea's skills as a statesman and his biblical scholarship were two great gifts through which he served the renewal of the Church.

• 15 •

Kardinal Augustin Bea,
Hesuwitang Iskolar ng Bibliya

Malaki ang naging kontribusyon ni Kardinal Bea sa Vaticano II. Hiniling ni Papa Juan XXIII na maglingkod si Bea sa komisyon ng sanggunian para sa paghahanda sa Konsilyo. Sa isipan ni Juan XXIII, isang mahalagang layon ng Vaticano II ay ang pagsusulong sa pagkakaisa ng mga Kristiyano. Itinatag ng Papa ang Lupon sa Pagsusulong ng Pagkakaisa ng mga Kristiyano noong 1960 at itinalaga si Bea bilang pangulo. Ginabayan niya ang pagsusulat ng *Unitatis Redintegratio*, ang dikreto ng Konsilyo sa ekumenismo.

Isang pinagpipitagang iskolar ng Bibliya si Bea; nagturo siya sa Pontifical Biblical Institute sa Roma at naging rektor mula 1930 hanggang 1949. Naging malaking bahagi siya sa pagbubuo ng ensikliko ukol sa Bibliya, ang *Divino Afflante Spiritu* (1943) at lumahok sa pagsusulat ng dokumento ng Vaticano II, ang *Dei Verbum* na tungkol sa Pagbubunyag at Salita ng Diyos.

Ang mga kakayanan ni Bea bilang isang estadista at ang kanyang husay sa Bibliya ay dalawang malalaking biyaya na ginamit niya tungo sa pagpapanibago ng Simbahan.

• 16 •

Religious Freedom

A significant document of Vatican II is its *Declaration on Religious Freedom* (*Dignitatis Humanae*). This well-crafted statement asserts that the Church respects the right and duty of each person to follow his or her conscience with regard to the acceptance or non-acceptance of religious belief.

An individual "is not to be forced to act in a manner contrary to his conscience. Nor, on the other hand, is he to be restrained from acting in accordance with his conscience, especially in religious matters" (DH 3).

"It is one of the major tenets of Catholic doctrine that an individual's response to God in faith must be free…. The act of faith of its very nature is a free act" (DH 10).

This Vatican II teaching serves the Church well as it relates to secular and pluralistic societies and tries to build positive relations with the followers of other religions. Pope Paul VI called *Dignitatis Humanae* "one of the major texts of the Council."

• 16 •

Kalayaang Pangrelihiyon

Isang importanteng dokumento ng Vaticano II ay ang *Pahayag ukol sa Kalayaang Pangrelihiyon (Dignitatis Humanae)*. Maingat binuo ang dokumentong ito kung saan ipinapahayag kung paano iginagalang ng Simbahan ang karapatan at tungkulin ng bawat tao na sumunod sa kanyang konsiyensya hinggil sa pagtanggap o di pagtanggap sa paniniwalang pangrelihiyon.

"Hindi maaaring piliting kumilos ang sinuman na labag sa kanyang konsiyensya. Sa kabilang banda, hindi rin siya dapat hadlangan sa pagkilos ayon sa kanyang konsiyensya, lalo na sa mga usaping pangrelihiyon" (DH 3).

"Isa sa mga mahahalagang pinanghahawakan ng doktrinang Katoliko ay ang malayang paglapit ng bawat tao sa Diyos nang may pananampalataya.... Sa sarili nitong katangiang-likas, ang pagsampalataya ay isang malayang pagpili" (DH 10).

Malaking tulong para sa Simbahan ang katuruang ito ng Vaticano II sa kanyang pakikitungo sa lipunang sekular at iba-ibang mga pananaw, habang sinisikap niyang bumuo ng positibong ugnayan sa mga tagasunod ng ibang mga relihiyon. Tinawag ni Papa Pablo VI ang *Dignitatis Humanae* na "isa sa mga pangunahing kasulatan ng Konsilyo."

• 17 •

Active Role of the Laity

An old—but clearly false—adage asserted that the role of the laity in the Church was to "pray, pay, and obey." However, the vision of the Second Vatican Council in its *Decree on the Apostolate of the Laity (Apostolicam Actuositatem)* promotes the active involvement of the laity in the faith and life of the Church.

The Council provides for the dynamic participation of the laity in a variety of lay ministries: in divine worship, pastoral councils, and social apostolates, even in the sphere of theological studies.

Some have asserted that the proper role of the clergy is in the inner affairs of the Church and the laity is to be involved in secular matters as their area of competence. The Council does *not* authorize such a sharp division of labor.

Many positive developments have been introduced since the Council that expand "lay involvement" in the Church. The Holy Spirit will continually open new vistas for expanded Church service—to clergy and laity alike.

• 17 •

Masiglang Papel ng mga Laiko

Ayon sa isang matanda at baluktot na paniniwala, ang papel ng laiko sa Simbahan ay "magdasal, magbayad, at sumunod." Sa pananaw ng Ikalawang Konsilyo Vaticano sa *Dekreto ukol sa Gawain ng Mga Laiko (Apostolicam Actuositatem)*, isinusulong ang masiglang pakikisangkot ng mga laiko sa pananampalataya at buhay ng Simbahan. Nagbigay-daan ang Konsilyo para sa dinamikong pakikibahagi ng mga laiko sa mga samu't saring gawain: sa pagsamba, sa lupon na pamparokya, mga natatanging apostolado, at maging sa larangan ng pag-aaral ng teolohiya.

Naninindigan ang ilan na ang wastong papel ng mga kleriko ay sa panloob na gawain ng Simbahan samantalang ang mga laiko ay kailangang makisangkot sa mga sekular na bagay ayon sa kanilang kakayahan. Hindi pinahihintulutan ng Konsilyo ang ganitong malinaw na pagkakahiwalay ng mga gawain.

Marami pang mga positibong pangyayari ang naisulong ng Konsilyo na nagpalawak sa pakikisangkot ng laiko sa Simbahan. Patuloy na magbubukas ang Espiritu Santo ng mga bagong paraan tungo sa mas malawak na paglilingkod sa Simbahan—kapwa ng mga kleriko at laiko.

• 18 •

Cardinal Yves Congar, Dominican Theologian

At the Second Vatican Council several important theologians made great contributions to the renewal of the Church; one of these key persons was ecclesiologist Yves Congar. He possessed a unique combination of brilliance, loyalty to the Church, and personal holiness.

In 1950 Congar published his seminal work *True and False Reform in the Church*. Pope John XXIII, the father of Vatican II, read this work when he served as apostolic nuncio in France; it influenced him deeply. John XXIII asked Congar to serve on the preparatory commission for Vatican II.

Congar's pivotal insights focused on renewal and holiness, the living Tradition of the Church, laity and participation, and viewing the Church as the People of God.

When Congar was made a cardinal by Pope John Paul II in 1994, he noted: "The mystery of the Church was and is the center of my entire life as a Christian and theologian."

• 18 •

Cardinal Yves Congar, Teologong Dominikano

Sa Ikalawang Konsilyo Vaticano, ilang mahahalagang mga teologo ang nag-ambag tungo sa pagpapanibago ng Simbahan; isa sa kanila ay ang bantog na si Yves Congar. Taglay niya ang kakaibang katangian ng pagiging matalino, tapat sa Simbahan, at kabanalan.

Noong 1950 inilathala ni Congar ang una niyang trabahong *Tunay at Huwad na Mga Pagbabago sa Simbahan*. Binasa ito ni Papa Juan XXIII, ang Ama ng Vaticano II, nang ito'y maglingkod bilang apostolic nuncio sa Pransya; malaki ang naging epekto nito sa kanya. Hiniling ni Juan XXIII kay Congar na maglingkod ito sa komisyon ng sanggunian para sa paghahanda sa Vaticano II.

Umikot ang mahahalagang kontribusyon ni Congar sa pagpapanibago at kabanalan, ang buhay na Tradisyon ng Simbahan, laiko at pakikilahok, at pagtingin sa Simbahan bilang Bayan ng Diyos.

Hinirang ni Papa Juan Pablo II si Congar na maging isang Kardinal noong 1994, at wika niya: "Ang hiwaga ng Simbahan noon at ngayon ay ang sentro ng buo kong buhay bilang isang Kristiyano at teologo."

CARDINAL YVES CONGAR, OP

• 19 •

Universal Call to Holiness

The vision of Pope John XXIII in convoking the Second Vatican Council focused on a profound renewal of the entire Church, with the goal that she would be a more effective instrument of missionary evangelization.

The title of the fifth chapter of the document on the Church (*Lumen Gentium*) captures this emphasis: "The Universal Call to Holiness in the Church." In short, Vatican II asserted that *everyone* who is baptized is called to live a life of holiness. "The classes and duties of life are many, but holiness is one" (LG 41).

Thus, "all the faithful of Christ are invited to strive for the holiness and perfection of their own proper state" (LG 42). "This holiness of the Church is unceasingly manifested in the fruits of grace which the Spirit produces in the faithful" (LG 39).

"Married couples and Christian parents should follow their own proper path to holiness by faithful love, sustaining one another in grace throughout the entire length of their lives" (LG 41).

Pangkalahatang Tawag sa Kabanalan

Sa pagtawag ni Papa Juan XXIII tungo sa pagbubuo ng Ikalawang Konsilyo Vaticano, hangad niya ang makabuluhang pagpapanibago sa buong Simbahan, para ito'y maging higit na mabisang kasangkapan sa pagpapalaganap ng Ebanghelyo at pagmimisyon.

Ang pagbibigay-diing ito ay makikita sa pamagat ng ikalimang kabanata ng dokumento ukol sa Simbahan (*Lumen Gentium*): "Ang Pangkalahatang Tawag sa Kabanalan sa Simbahan." Sa madali't sabi, ipinapahayag ng Vaticano II na bawat binyagan ay tinatawag sa isang buhay ng kabanalan. "Marami ang mga uri at tungkulin sa buhay, ngunit ang pagpapakabanal ay natatangi" (LG 41).

Kaya, "lahat ng mga sumasampalataya kay Kristo ay inaanyayahang magpunyagi tungo sa kabanalan at kaganapan ayon sa natatanging nilang estado sa buhay" (LG 42). "Ang kabanalang ito ng Simbahan ay patuloy na nakikita sa mga bunga ng grasya na dulot ng Espiritu sa mga mananampalataya" (LG 39).

"Kailangang tahakin ng mga mag-asawang kasal at mga Kristiyanong magulang ang natatangi nilang landas sa pagpapakabanal sa pamamagitan ng tapat na pagmamahalan, kapwa pinatatatag ang isa't isa sa grasya ng Diyos sa kabuuan ng kanilang buhay" (LG 41).

• 20 •

Living the Paschal Mystery

The opening sentence of the liturgy document of Vatican II states the overall purpose of the Council: "It is the goal of this most Sacred Council to intensify the daily growth of Catholics in Christian living" (SC 1).

Indeed, Christian spirituality focuses on the daily "living into the mystery of Christ," particularly his death and resurrection (the Paschal Mystery). In a special way, Christians remember, celebrate, and share in the Paschal Mystery during Holy Week and the Easter Season.

Living into Christ's dying and rising reflects the pattern of human life. Salvation in Christ is experienced daily through our trials and sufferings as well as in our joys and victories.

Vatican II asserts that sharing the redemptive paschal mystery of Christ is *available* for all humanity: "we ought to believe that the Holy Spirit in a manner known to God offers every person the possibility of being associated with this paschal mystery" (GS 22). God desires that "everyone be saved and reach full knowledge of the truth" (1 Tim 2:4).

• 20 •

Pagsasabuhay ng Misteryo Paskuwal

Ang pambungad na pangungusap ng dokumento ng Vaticano II ukol sa liturhiya ay nagsasaad ng pangkalahatang pakay ng Konsilyo: "Layon ng Banal na Konsilyong ito na pasidhiin ang paglago ng mga Katoliko sa araw-araw na pagsasabuhay ng kanilang pananampalataya" (SC 1).

Ang katotohana'y nakatuon ang Kristiyanong espirituwalidad sa araw-araw na "pamumumuhay sa misteryo ni Kristo," partikular ang kanyang pagkamatay at muling pagkabuhay (ang Misteryo Paskuwal). Sa natatanging paraan, ginugunita, ipinagdiriwang, at nakikibahagi ang mga Kristiyano sa Misteryo Paskuwal tuwing mga Mahal na Araw at Panahon ng Muling Pagkabuhay.

Ang pagsasabuhay ng kamatayan at muling pagkabuhay ni Kristo ay sumasalamin sa disenyo ng buhay ng tao. Ang pagliligtas kay Kristo ay nararanasan sa mga pang-araw-araw na mga pagsubok at pagdurusa, gayon din sa ating mga tuwa at tagumpay.

Ipinahayag ng Vaticano II na lahat ng sangtinakpan ay maaaring makibahagi sa mapagligtas na misteryo paskuwal ni Kristo: "kailangan nating manalig na ang Espiritu Santo sa paraang hayag sa Diyos ay nag-aalok sa bawat tao ng posibilidad na maging bahagi sa misteryong paskuwal na ito" (GS 22). Hangad ng Diyos na "maligtas ang lahat ng tao at makaalam ng katotohanan" (1 Tim 2:4).

• 21 •

Church: Community of Compassion

In his opening speech at the Second Vatican Council, Pope John XXIII projected an image of the Church as a compassionate community that "desires to show herself to be the loving mother of all, benign, patient, full of mercy and goodness." Even when facing problems, John XXIII asserted that the Church "prefers to make use of the medicine of mercy rather than that of severity."

This same compassionate attitude is found in several of the 16 Council documents. Catholics are urged to put on "a heart of mercy, kindness, humility, meekness, patience" (LG 40). In serving humanity, the Church establishes "works of mercy and similar undertakings" (GS 42).

Missionaries (all Catholics) "must bear witness to Christ by charity and works of mercy, with all patience, prudence, and great confidence. Thus, they will prepare the way for the Lord and make Him present..." (AG 6). Truly, mercy and compassion are distinguishing marks of the community of Christ's disciples.

• 21 •

Simbahan: Pamayanan ng Awa

Sa talumpati ni Papa Juan XXIII sa pagbubukas ng Ikalawang Konsilyo Vaticano, inilarawan niya ang Simbahan bilang isang pamayananang mahabagin na "naghahangad ipakilala ang sarili bilang mapagmahal na ina ng lahat, magiliw, mapagtiis, puno ng awa at kabutihan." Maging sa pagharap sa mga problema, nanindigan si Juan XXIII na "pipiliin ng Simbahan ang medisina ng awa sa halip na walang-awa."

Ang ganito ring mahabaging saloobin ang matatagpuan sa ilan sa mga 16 na mga dokumento ng Konsilyo. Hinihikayat ang mga Katoliko na magtaglay ng "isang puso ng awa, kabaitan, kababaang-loob, kahinahunan, pagtitiyaga" (LG 40). Sa paglilingkod sa taumbayan, nagtatayo ang Simbahan ng mga kawanggawa at ilang mga kaugnay na gawain" (GS 42).

Kailangang magbigay saksi kay Kristo ang mga misyonero (lahat ng mga Katoliko) "sa pagkakawanggawa at mga gawain ng pagkahabag, taglay ang pagtitiis, kahinahunan, at malaking pananalig. Sa gayo'y maihahanda nila ang daan para sa Panginoon at itutulot nilang siya'y pumarito…" (AG 6). Tunay ngang ang pagkahabag at awa ay dalawang paraan ng pagkakakilanlan sa pamayanan ng mga alagad ni Kristo.

• 22 •

Appreciating Diversity in the Church

From the Middle Ages until recent times a characteristic emphasis within Catholicism was on the universal Church; Vatican II, by contrast, emphasized the importance of local Churches.

Many Council texts portray the universal Church as a communion, a collegial union, of local Churches. "In and from such individual Churches, there comes into being the one and only Catholic Church" (LG 23). The same text calls the universal Church, the *corpus ecclesiarum* [the body of the *churches*].

Thus, the Church recognizes "the diversity of customs and observances" that contributes to the beauty of the Church and to the "carrying out of her mission" (UR 16). This means that the "accommodated preaching of the Gospel ... ought to remain the law of all evangelization" (GS 44).

The Church should "protect legitimate differences" in the local Churches around the world, while assuring that "such differences do not hinder unity but rather contribute to it" (LG 13).

• 22 •

Pagpapahalaga sa Pagkakaiba-iba sa Simbahan

Mula pa noong araw hanggang kalaunan karaniwang binigyang-diin sa Katolisismo ang Simbahang pandaigdig. Sa kabilang banda, binigyang-diin ng Vaticano II ang kahalagahan ng mga lokal na Simbahan.

Maraming mga pahayag ang Konsilyo ukol sa Simbahang pandaigdig bilang isang komunyon, isang nagkakaisang lupon, ng mga lokal na Simbahan. "Sa pamamagitan at mula sa mga lokal na Simbahan, dito nabubuo ang natatangi at iisang Simbahang Katolika" (LG 23). Tinatawag rin ang Simbahang pandaigdig sa dokumentong ito na *corpus ecclesiarum* [ang katawan ng **mga simbahan**].

Sa ganitong paraan kinikilala ng Simbahan "ang pagkakaiba-iba ng mga kaugalian at mga pagdiriwang" na nagdaragdag sa kagandahan ng Simbahan at sa "pagtupad ng kanyang misyon" (UR 16). Nangangahulugan ito na "ang pagpapahayag ng Ebanghelyo na kumikilala sa kultura ng ibang tao ... ay kailangang manatili bilang batas ng pagpapahayag ng Mabuting Balita" (GS 44).

Kailangang pangalagaan ng Simbahan ang mga "tunay na kaibahan" sa mga lokal na Simbahan sa buong mundo, habang tinitiyak na "ang mga pagkakaiba-ibang ito ay hindi dapat maging sagabal, bagkus tumulong sa pagsulong ng pagkakaisa" (LG 13).

• 23 •

Ecumenism: Collaboration among Christians

Following the Reformation in the 1500s, Catholics have often been hostile and defensive toward other Christian Churches, especially toward Protestants. Both sides frequently forgot what united them and only focused on divisions.

The Second Vatican Council in its decree on ecumenism, *Unitatis Redintegratio*, along with the efforts of Pope John XXIII and others, effected a quiet revolution, urging the promotion of open, positive, and mutually respectful attitudes.

The Council expressed reverence for other Christian Churches, noted the salvific importance they have, and acknowledged that they possess true elements of the Church of Christ. The Council said that "people of both sides were to blame" (UR 3) for the sin of disunity in Christ's body.

Genuine ecumenism requires fidelity to our beliefs coupled with an appreciation of the true values and faith found in other Christian bodies.

• 23 •

Ekumenismo: Pagtutulungan ng mga Kristiyano

Kasunod ng panahon ng Repormasyon sa mga taong 1500, naging salungat at tuwinang nagtatanggol ng sarili ang Simbahan laban sa ibang mga Simbahang Kristiyano lalo na sa mga Protestante. Kapwa nila nalimutan kung ano ang nag-uugnay sa kanilang dalawa at napako lamang sa hidwaan.

Sa pangunguna ni Papa Juan XXIII kasama ang iba pa, nagsimula ang isang tahimik na rebolusyon na nagsulong ng isang hayag, positibo, at saloobing may respeto sa bawat isa. Ito ang napapaloob sa dikreto sa ekumenismo ng Vaticano II, ang *Unitatis Redintegratio*.

Namitagan ang Konsilyo sa ibang Simbahang Kristiyano, tinukoy ang kanilang kahalagahan tungo sa kaligtasan, at kinilala silang nagtataglay ng mga wagas na elemento ng Simbahan ni Kristo. Ayon sa Konsilyo, "mga tao sa kapwa panig ang may pananagutan" (UR 3) sa kasalanan ng pagbabahagi sa katawan ni Kristo.

Hinihingi ng tunay na ekumenismo ang katapatan sa ating mga pinaniniwalaan kalakip ng pagkilala sa mga wagas na pagpapahalaga at pananampalataya sa ibang mga pangkat na Kristiyano.

• 24 •

Dialogue with Other Religions

A short but very significant Vatican II document, especially for Christians in Asia, is *Nostra Aetate*, the declaration on other religions. It speaks about how Catholics should relate to the followers of other living faiths (e.g. Judaism, Islam, Hinduism, and Buddhism).

"The Catholic Church rejects nothing that is true and holy in these religions…. The Church, therefore, exhorts her sons and daughters, that through dialogue and collaboration with the followers of other religions…, they recognize, preserve and promote the good things, spiritual and moral, as well as the socio-cultural values found among these people" (NA 2).

This promotion of respectful relations and mutual understanding among religions is termed: "interreligious dialogue." While recognizing truth and goodness in other faiths, Catholics do not compromise their own beliefs. The Church seeks for a mature balance in her relations with other believers.

• 24 •

Diyalogo sa Ibang mga Relihiyon

Isang maikli ngunit lubhang mahalagang dokumento ng Vaticano II, lalo na para sa mga Kristiyano sa Asya, ay ang *Nostra Aetate*, ang pahayag tungkol sa ibang mga relihiyon. Sinasabi dito kung paano dapat makitungo ang mga Katoliko sa mga tagasunod ng ibang mga pananampalatayang buhay (tulad ng Hudaismo, Islam, Hinduismo, at Budhismo). "Walang iwinawaksing anumang tunay at banal ang Simbahang Katolika sa mga relihiyong ito.... Dahil dito'y hinihikayat ng Simbahan ang kanyang mga anak na, sa pamamagitan ng diyalogo at pagsasama-sama sa mga kasapi ng ibang mga relihiyon..., matukoy nila, panatilihin at itaguyod ang lahat ng mga mabubuting bagay, espirituwal at moral, maging ang mga pagpapahalagang batay sa lipunan at kultura ng mga taong ito" (NA 2).

Ang pagtataguyod sa ganitong ugnayan batay sa respeto at pag-unawa sa ibang mga relihiyon ay tinawag na "interreligious dialogue." Samantalang kinikilala ng mga Katoliko ang totoo at maganda sa ibang mga relihiyon, hindi nito dapat ilagay sa panganib ang sariling sinasampalatayanan. Hangad ng Simbahan ang isang mulat at balanseng ugnayan sa ibang mga mananampalataya.

Cardinal Suenens, Author of Reform

Pope John XXIII, the Father of Vatican II, found in Suenens a man who shared his views on the importance of renewal in the Church. Suenens provided an overview of the agenda for the Council; he asserted that the Church needed to examine both internal aspects (*ad intra*) as well as external questions (*ad extra*).

Following this two-fold vision, Suenens helped shape two pivotal Council documents: *Lumen Gentium* on the Church and *Gaudium et Spes* on the Church in the Modern World.

Suenens contributed to the renewal of the life of religious women through his book *The Nun in the World.* He promoted the collegial dimension of Church authority through *Coresponsibility in the Church.* He also championed the themes of lay involvement and religious liberty.

After Vatican II Suenens remained very active, particularly in the Catholic charismatic renewal movement. His Episcopal motto was *In Spiritu Sancto* (In the Holy Spirit).

• 25 •

Kardinal Suenens, May-akda ng Reporma

Nakilala ni Papa Juan XXIII sa katauhan ni Suenens ang isang taong may katulad na pananaw ukol sa kahalagahan ng pagpapanibago sa Simbahan. Inilatag ni Suenens ang kabuuan ng mga tatalakayin ng Konsilyo; sinabi niya na kailangang siyasatin ng Simbahan ang mga panloob na bagay kaugnay nito (*ad intra*) at maging ang mga katanungang bukod o labas dito (*ad extra*).

Sa ganitong pananaw tumulong si Suenens sa pagbubuo ng dalawang mahahalagang dokumento ng Konsilyo: ang *Lumen Gentium* tungkol sa Simbahan at *Gaudium et Spes* tungkol sa Simbahan sa Makabagong Panahon.

Nag-ambag si Suenens sa pagpapanibago ng buhay ng mga babaeng relihiyosa sa pamamagitan ng aklat niyang *Ang Madre sa Daigdig*. Itinaguyod niya ang halaga ng sama-samang pananagutan sa kapangyarihan ng Simbahan sa aklat niyang *Pananagutan para sa Bawat Isa sa Simbahan*. Itinaguyod din niya ang papel ng laiko sa Simbahan at kalayaang pangrelihiyon.

Pagkatapos ng Vaticano II nanatiling aktibo si Suenens lalo na sa kilusan ng karismatikong pagpapanibago ng mga Katoliko ng Simbahan. Ang moto niya bilang Obispo ay *In Spiritu Sancto* (Sa Banal na Espiritu).

CARDINAL SUENENS

Vatican II and the Eucharist

The Second Vatican Council did not issue a specific document on the Eucharist but considered many Eucharistic themes throughout its sixteen documents.

Lumen Gentium boldly states that "the Eucharistic sacrifice is the source and summit of the Christian life" (LG 11). The priesthood document reiterates the same message: "The Eucharistic sacrifice is the root and center of the whole life of the priest" (PO 14).

The laity document asserts that charity, the soul of the apostolate, is nourished in the lay faithful through the sacraments, "especially the most holy Eucharist" (AA 3). Bishops have the duty of instructing the faithful so they will "know and live the paschal mystery more deeply through the Eucharist" (CD 15).

Pope John Paul II, a Vatican II participant, reemphasized in *Ecclesia de Eucharistia* (2003) that the Eucharist is "the source and summit of the whole Christian life" (EE 13).

• 26 •

Vaticano II at ang Eukaristiya

Hindi naglabas ng partikular na dokumento ang Konsilyo Vaticano ukol sa Eukaristiya ngunit nagbigay halaga sa maraming tema ukol sa Eukaristiya sa labing-anim na mga dokumento. Walang takot na ipinahayag ng *Lumen Gentium* na "ang sakripisyo ng Eukaristiya ay ang pinagmumulan at taluktok ng buhay Kristiyano" (LG 11). Ang dokumento tungkol sa pagpapari ay nagsasaad ng magkatulad na tema: "Ang sakripisyo ng Eukaristiya ang ugat at sentro ng buong buhay ng pari" (PO 14).

Ipinahayag sa dokumento ukol sa mga laikô na ang pag-ibig, ang kaluluwa ng pagkakawanggawa, ay pinagyayaman sa mga laikong mananampalataya sa pamamagitan ng mga sakramento, "lalo na ang kabanal-banalang Eukaristiya" (AA 3). Tungkulin ng mga Obispo na gabayan ang mga mananampalataya upang "lalo nilang matutunan at isabuhay ang misteryo paskuwal sa pamamagitan ng Eukaristiya" (CD 15).

Si Papa Juan Pablo II ay kalahok sa Vaticano II. Sa *Ecclesia de Eucharistia* (2003) muli niyang binigyang-diin na ang Eukaristiya "ang pinagmumulan at taluktok ng buong buhay Kristiyano" (EE 13).

• 27 •

The Church's Social Mission

The Second Vatican Council asserted that the Church must be involved with society, because she is endowed with "a function, a light, and an energy which can serve to structure and consolidate the human community" (GS 42).

The motive for social involvement is eloquently and poetically expressed in the opening sentence of *The Church in the Modern World:* "The joys and hopes, the griefs and anxieties of people of this age, especially those who are poor or in any way afflicted, these are the joys and hopes, the griefs and anxieties of the followers of Christ" (GS 1). In short, we all are brothers and sisters in this world.

Since the Council, Church involvement in social questions has grown, spurred by papal "social teaching" documents such as *The Progress of Peoples* (Paul VI, 1967), *Sollicitudo Rei Socialis* [*On Social Concern*] (John Paul II, 1987), and *Caritas in Veritate* [*Integral Human Development*] (Benedict XVI, 2009).

• 27 •

Ang Misyong Panlipunan ng Simbahan

Nanindigan ang Ikalawang Konsilyo Vaticano na kailangang makisangkot ang Simbahan sa lipunan, sapagkat pinagkalooban siya ng "tungkulin, liwanag, at lakas na magagamit niya para isaayos at buuin ang pamayanan ng tao" (GS 42).

Ang motibo sa pakikisangkot sa lipunan ay magandang ipinahiwatig sa pambungad na pangungusap sa *Ang Simbahan sa Makabagong Panahon:* "Ang mga tuwa at pagasa, ang mga dalamhati at pagkabagabag ng tao sa panahong ito, lalo na iyong mga dukha o gipit sa anumang paraan, ito rin mga tuwa at pag-asa, ang dalamhati at pagkabagabag ng mga tagasunod ni Kristo" (GS 1). Sa madaling sabi, tayong lahat ay mga magkakapatid dito sa daigdig.

Mula sa panahon ng Konsilyo, lumawak ang pakikisangkot ng Simbahan sa mga usaping panlipunan, bunsod na rin ng mga pagtuturo ng mga Papa gaya ng nakapaloob sa mga dokumento tulad ng *Ang Pag-unlad ng Tao* (Pablo VI, 1967), *Sollicitudo Rei Socialis* [*Mga Pagpapahalaga sa Lipunan*] (Juan Pablo II, 1987), at *Caritas in Veritate* [*Pag-unlad ng Tao sa Kanyang Kabuuan*] (Benedicto XVI, 2009).

• 28 •

Rufino Cardinal Santos

Cardinal Santos was one of the forty-nine participants in Vatican II from the Philippines. Filipino bishops (and one layman) comprised two-thirds of the "Philippine Delegation"; one-third was composed of expatriate missionary bishops. Santos is remembered as having played a leading role in the effort by many Council Fathers to have a separate document (and possibly even a new dogma) on the Blessed Virgin Mary. Cardinal König of Vienna argued that Mary's role would be best presented as one full chapter within the document on the Church. After a close vote, the König view prevailed.

The beautiful title of Chapter VIII of *Lumen Gentium*, which reflects solid Mariology, is: "The Blessed Virgin Mary, Mother of God, in the Mystery of Christ and the Church."

Rufino Santos was the first Filipino cardinal; he is also remembered for having established the Pius XII Center in Manila and the Pontifical Philippine College in Rome.

Rufino Kardinal Santos

Kabilang si Kardinal Santos sa 49 na kalahok sa Vaticano II na mula sa Pilipinas. Mga obispong Pilipino (at isang laiko) ang bahagi ng 2/3 ng delegasyon ng Pilipinas; ang 1/3 ay kinabilangan ng mga misyonerong Obispo na mula sa ibang mga bansa. Maaalala si Santos sa pangunahing papel na ginampanan nito kasama ang maraming mga pari ng Konsilyo para bumuo ng bukod na dokumento (at posible ay isang bagong dogma) ukol sa Mahal na Birheng Maria. Ikinatuwiran ni Kardinal König ng Vienna na ganap na mailalahad ang papel ni Maria sa isang buong kapitulo sa loob ng dokumento ukol sa Simbahan. Pagkatapos ng mahigpit na botohan, nanaig ang pananaw ni König.

Ang magandang pamagat ng Kapitulo VIII ng *Lumen Gentium* na sumasalamin sa mainam na pag-aaral tungkol kay Maria ay: "Ang Mahal na Birheng Maria, Ina ng Diyos, sa Hiwaga ni Kristo at ng Simbahan."

Si Rufino Santos ang unang Pilipinong naging kardinal; maaalala rin na siya ang nagpatayo ng Pius XII Center sa Maynila at ng Pontifical College para sa mga paring Pilipino sa Roma.

CARDINAL RUFINO SANTOS

• 29 •

Media for Evangelization

In its document on social communications, *Inter Mirifica*, Vatican II applauded "the wonderful technological discoveries" which have developed "new avenues of communication" which serve all humanity (IM 1). These advances benefit the Church in her mission "to preach the Gospel" and "announce the Good News of salvation" (IM 3). The laity has a special role to play in this area, particularly in the formation of sound public opinion; thus, laypersons need catechesis so they will be "imbued with the Christian spirit, especially with respect to the social teaching of the Church" (IM 15).

Parents are asked to "remember that they have a most serious duty" to monitor materials that enter their homes, particularly media that may adversely "affect their children" and be "morally harmful" (IM 10). All people, especially media practitioners, should strive to genuinely promote media that serve "the good of society" (IM 24).

• 29 •

Ang Media para sa Pagpapalaganap ng Mabuting Balita

Sa dokumento ng Vaticano II ukol sa komunikasyong sosyal na *Inter Mirifica*, pinapurihan ng Vaticano II "ang mga kahanga-hangang pagtuklas, gamit ang teknolohiya" na nagbukas ng "mga bagong paraan ng pakikipagtalastasan" na mapapakinabangan ng buong sangtinakpan (IM 1). Nabibiyayaan ng mga pag-unlad na ito ang Simbahan sa kanyang misyon na "ipangaral ang Ebanghelyo" at "ipamansag ang Mabuting Balita ng kaligtasan" (IM 3). May natatanging papel na ginagampanan ang mga laiko sa bahaging ito, lalo na sa pagbubuo ng makatuwirang pananaw ng madla; kaya't kailangan ng mga laiko ang katesismo upang sila'y "mapuspos ng diwang Kristiyano, lalo na sa katuruang panlipunan ng Simbahan" (IM 15).

Hinihiling sa mga magulang na "tandaan na mayroon silang mabigat na tungkulin" na bantayan ang mga bagay na pumapasok sa kanilang tahanan, lalo na ang may kinalaman sa media na maaaring "may pinsalang dulot sa kanilang mga anak" at "makapipinsala sa moralidad" (IM 10). Lahat ng tao, lalo na ang mga tao sa mass media, ay kailangang magsikap na tunay na itaguyod ang uri ng media na totoong naglilingkod sa "ikabubuti ng lipunan" (IM 24).

• 30 •

Leadership in the Church

Two documents of Vatican II (1962-1965) deal with pastoral leadership in the Church. *Christus Dominus* focuses on the role of bishops, and *Presbyterorum Ordinis* is on the ministry of priests.

The bishops "are successors of the Apostles as pastors of souls" (CD 2); they are to make "every effort to have the faithful actively support and promote works of evangelization and the apostolate" (CD 6). Bishops are to "exert themselves to have the faithful know and live the paschal mystery more deeply through the Eucharist" (CD 15).

Priests have a special ministry "whereby the Church here on earth is unceasingly built up into the People of God, the Body of Christ, and the Temple of the Holy Spirit" (PO 1). For this task they need "a frame of mind and soul whereby they are always ready to know and do the will of him who sent them and not their own will" (PO 15). Laity "should help their priests [and bishops] by prayer and work..." (PO 9).

• 30 •

Pamumumo sa Simbahan

Dalawang dokumento ng Vaticano II (1962-1965) ang inilaan sa pamumunong pastoral sa Simbahan. Tinatalakay sa *Christus Dominus* ang papel ng mga obispo, at sa *Presbyterorum Ordinis* ang tungkol sa paglilingkod ng mga pari. Ang mga obispo ay "mga kahalili ng mga Apostol at pastol ng mga kaluluwa" (CD 2); kailangang gumawa sila ng "bawat hakbang tungo sa masiglang pagtulong at pagtataguyod ng mga gawain ng ebanghelisasyon at ng apostolado" (CD 6). Kailangang magpunyagi ang mga Obispo upang tulungan ang mananampalataya na higit na maunawaan at maisabuhay ang misteryong paskuwal sa pamamagitan ng Eukaristiya" (CD 15).

May natatanging ministeryo ang mga pari "kung saan ang Simbahan dito sa daigdig ay walang humpay na pinatatatag upang maging Bayan ng Diyos, ang Katawan ni Kristo, at ang Templo ng Espiritu Santo" (PO 1). Sa gawaing ito, kailangan nila ng isang takbo ng pag-iisip at kalooban kung saan sila'y palaging handa na alamin at ganapin ang kalooban ng siyang nagpahayo sa kanila at hindi ang sarili nilang kalooban" (PO 15). "Kailangang tulungan ng mga laiko ang kanilang mga pari [at mga obispo] sa pananalangin at pagtatrabaho…" (PO 9).

• 31 •

Promoting Christian Education

Vatican II in its education document *Gravissimum Educationis* notes that the Church is concerned with authentic human development; thus, "she has a role in the progress and development of education" (GE 1).

The Council describes various goals of Christian education: "maturation of the human person," "awareness of the gift of Faith received," "worship of God the Father," and "witness to the hope that is in them [1 Pet 3:15]" (GE 2).

In addition, "since parents have given children their life, they are bound by the most serious obligation to educate their offspring, and therefore must be recognized as the primary and principal educators" (GE 3).

The Church also recognizes the role of the state in education, while maintaining "the right of the Church to freely establish and to conduct schools of every type and level" (GE 8). Thus, ongoing dialogue between Church and State is needed; "cooperation is the order of the day" (GE 12).

• 31 •

Pagtataguyod sa Edukasyong Kristiyano

Sa dokumento nito ukol sa edukasyon *Gravissimum Educationis* ipinaalala ng Vaticano II na nagmamalasakit ang Simbahan tungo sa isang tunay na paghuhubog ng tao; kaya't "mayroon siyang papel sa pagpapaunlad at paglilinang ng edukasyon" (GE 1).

Inilarawan ng Konsilyo ang iba't ibang layunin ng edukasyong Kristiyano: "pagiging ganap ng tao," "pagiging mulat sa biyaya ng pananampalatayang tinanggap," "pagsamba sa Diyos at Ama," at "ang pagiging saksi sa pagasang taglay nila [1 Ped 3:15]" (GE 2).

Bilang karagdagan, "dahil mga magulang ang nagbigay ng buhay sa kanilang mga anak, isang mabigat na obligasyon nila na hubugin ang kanilang mga anak, kaya't sila ang pangunahin at pinakamataas na mga tagapagturo" (GE 3).

Kinikilala rin ng Simbahan ang papel ng estado sa edukasyon, habang naninindigan ang Simbahan sa "kanyang karapatan na malayang magtatag at magpatakbo ng mga paaralan sa bawat antas at uri" (GE 8). Kaya't kailangang tuwina ang patuloy na diyalogo sa pagitan ng Simbahan at Pamahalaan; "ang pakikipagtulungan ang hamon ng ating panahon" (GE 12).

• 32 •

Religious Life Today:
Special Charisms in the Church

Perfectae Caritatis of Vatican II focused on the renewal and adaptation of religious life in the Church. Members of religious societies pursue "perfect charity through the evangelical counsels ... of chastity, poverty and obedience ... [following] the example of the Divine Master" (PC 1).

For religious communities, authentic renewal "includes both the constant return to the sources of all Christian life and to the original spirit of the institutes and their adaptation to the changed conditions of our time" (PC 2).

In harmony with the spirit of renewal (*aggiornamento*) promoted by Blessed John XXIII, the "Father of Vatican II," religious families of men and women, contemplative and active, are to adapt their "manner of living, praying and working" (PC 3) so as to better serve humanity today—with ever greater apostolic zeal and in imitation of Christ's self-emptying love.

Buhay Relihiyoso Ngayon:
Mga Natatanging Biyaya sa Simbahan

Ang *Perfectae Caritatis* ng Vaticano II ay tumutok sa pagpapanibago at pag-aakma sa buhay ng mga relihiyoso sa Simbahan. Hinahangad ng mga kasapi sa mga kapisanang relihiyoso ang "ganap na pag-ibig sa pamamagitan ng pagtatalaga sa sarili ... sa pagiging malinis, dukha, at masunurin ... [sa pagsunod] sa halimbawa ng Dakilang Guro" (PC 1).

Para sa mga relihiyosong pamayanan, bahagi ng tunay na pagpapanibago ay "ang pirmihang pagbalik sa mga pinagmumulan ng buhay Kristiyano at sa orihinal na diwa ng mga relihiyosong kapisanan at ang pakikiangkop nila sa mga pagbabago sa ating panahon" (PC 2).

Ayon sa diwa ng pagpapanibago *(aggiornamento)* na isinulong ni Beato Juan XXIII, ang "Ama ng Vaticano II," ang bawat pamilyang relihiyosong kinabibilangan ng mga lalaki at mga babae, nasa loob man ng kumbento o nasa labas, ay kailangang iangkop ang kanilang "paraan ng pamumuhay, pagdarasal at pagtatrabaho" (PC 3) upang lalo silang makapaglingkod sa mga tao sa kasalukuyan—taglay ang higit na sigasig ng mga apostol at batay sa pagsunod sa pagbibigay ni Hesus ng kanyang buong sarili sa pagmamahal.

• 33 •

Cardinal Newman and Vatican II

John Henry Cardinal Newman has often been called "the Father of Vatican II" because his theological ideas anticipated key themes which entered into mainstream Catholic teaching at the Council.

Pope John XXIII spoke of Newman in his rationale for convoking Vatican II. Pope Paul VI affirmed that Newman's ideas were often "the subjects of the discussion and study of the Fathers of the Second Vatican Council" e.g. ecumenism, the Church-world relationship, emphasis on the laity, non-Christian religions and dialogue.

Bishop Basil Butler noted: "*Cor ad cor loquitur* [Heart speaks to heart] ... was Newman's motto which I would propose for the Second Vatican Council. *Cor ad cor loquitur:* the heart of God to the heart of his Church; the heart of the Church to the heart of her God, and therefore to the hearts of all men of good will."

In addition, Cardinal Avery Dulles asserts: "No contemporary theologian can afford to neglect either Newman or the Council."

• 33 •

Si Kardinal Newman at ang Vaticano II

Madalas tukuyin si Kardinal John Henry Newman na "Ama ng Vaticano II" dahil marami sa kanyang mga ideya ang hinalaw at naipaloob sa katuruan ng Simbahang Katoliko sa Konsilyo ng Vaticano. Sa pahayag ni Papa Juan XIII binanggit niya si Newman nang ipaliwanag niya ang dahilan sa pagbubuo ng Vaticano II. Pinatotohanan ni Papa Pablo VI na ang mga ideya ni Newman ay karaniwang naging "mga paksa ng mga talakayan at mga pag-aaral ng mga kabilang sa Ikalawang Konsilyo Vaticano" tulad ng ekumenismo, ang ugnayan ng Simbahan at daigdig, empasis sa laiko, mga relihiyong hindi Kristiyano at diyalogo. Sa tala ni Obispo Basil Butler: *"Cor ad cor loquitur* [Puso nakikipag-usap sa puso] ... ito ang moto ni Newman na imumungkahi ko para sa Ikalawang Konsilyo Vaticano. *Cor ad cor loquitur:* ang puso ng Diyos sa puso ng kanyang Simbahan; ang puso ng Simbahan sa puso ng Diyos, na nangangahulugang sa puso rin ng bawat tao na may mabuting kalooban."

Dagdag pa rito, naninindigan si Kardinal Avery Dulles: "Walang sinumang teologo sa panahon natin ang maaring magbalewala kay Newman o sa Konsilyo."

• 34 •

Ecumenical Observers at Vatican II

Sixty "delegated observers" from various Christian communions attended the Council. Famous persons such as Oscar Cullmann, Robert McAfee Brown, and George Lindbeck immediately come to mind. Brother Roger Schutz, founder of the ecumenical community of Taize, was personally invited along with Brother Max by Pope John XXIII to be present for the entire Council. Brother Roger recalls some dimensions of Vatican II.

"As soon as we reached the basilica, before entering the section for the observers, we spent a moment of silent prayer with many bishops before the reserved Eucharist in a side chapel." Brother Roger speaks of "the face of the beloved Pope John XXIII.... I cannot forget the moment in 1963 when I learned of his death."

Brother Roger's recollections reflect the experience of the ecumenical observers: "During those four years, we discovered multiple facets of that unique communion that is the Church." There was "the discovery of the mystery of the Church ... and our hearts rejoiced."

• 34 •

Mga Kristiyanong Tagamasid sa Vaticano II

Animnapu ang "itinalagang tagamasid" na buhat sa iba't ibang mga pamayanang Kristiyano ang dumalo sa Konsilyo. Ilan sa mga sikat na personalidad ay tulad nina Oscar Cullmann, Robert McAfee Brown, at George Lindbeck. Personal na inanyayahan ni Papa Juan XIII sina Brother Roger Schutz, tagapagtatag ng ekumenikong pamayanan ng Taize. Kasama niya si Brother Max na naanyayahan din at dumalo sa kabuuan ng Konsilyo. Nagbabalik-tanaw si Brother Roger sa ilang mga pangyayari sa Vaticano II.

"Nang marating namin ang basilika, bago pumasok sa lugar na laan sa mga tagamasid, nag-alay kami ng ilang sandali ng taimtim na panalangin kasama ang mga obispo sa harap ng banal na Eukaristiya na nasa kapilya." Nagugunita ni Brother Roger ang "mukha ng pinakamamahal na Papa Juan XXIII.... Hindi ko makalimutan ang sandaling iyon noong 1963 nang malaman ko ang kanyang pagpanaw."

Ang mga gunita ni Brother Roger ay naaaninag sa karanasan ng ibang mga ekumenikong tagamasid: "Sa loob ng apat na taong iyon, natuklasan namin ang iba't ibang bahagi ng kakaibang pakikipagkaisa na makikita sa Simbahan." Naroon "ang pagtuklas sa misteryo ng Simbahan ... at ang mga puso nami'y nagalak."

Oscar Cullmann

• 35 •

Vatican II and the Role of Women

Near the end of the second session of Vatican II (1963), Cardinal Leo Jozef Suenens of Belgium asked a provocative question: "Why are we even discussing the reality of the Church when half of the Church is not even represented here?" Shortly before the next session (1964) Pope Paul VI announced that fifteen women would join several lay men as official auditors of the Council.

In several places Vatican II speaks of the role and dignity of women—and the need to avoid "every type of discrimination.... For in truth it must still be regretted that fundamental personal rights are still not being universally honored. Such is the case of a woman who is denied the right to chose a husband freely, to embrace a state of life or to acquire an education or cultural benefits equal to those recognized for men" (GS 29).

In its final message addressed to women, the Council makes this remarkable statement: "Women, it is for you to save the peace of the world."

• 35 •

Vaticano II at ang Papel ng Kababaihan

Sa dakong dulo ng ikalawang sesyon ng Vaticano II (1963), may ipinukol na isang nakapupukaw na tanong si Kardinal Leo Jozef Suenens ng Belgium: "Bakit natin tinatalakay ang realidad ng Simbahan gayong hindi naman kinakatawan dito ang kalahati ng Simbahan?" Bago sumapit ang sumunod na sesyon (1964) ipinahayag ni Papa Pablo VI na magiging kabilang ang labinlimang mga kababaihan sa ilang mga lalaking laiko bilang mga opisyal na tagapakinig sa Konsilyo.

Sa ilang bahagi ng Vaticano II ipinapahayag ang papel at dignidad ng mga kababaihan—at ang pag-iwas sa "lahat ng uri ng diskriminasyon.... Sapagkat sa katotohanan, nakalulungkot na patuloy pa ring hindi pinapahalagahan sa lahat ng dako ang mga batayang karapatang pantao. Ganito ang kalagayan ng isang babaeng pinagkakaitan ng karapatan na pumili ng kanyang asawa, harapin ang isang uri ng buhay o matamo ang benepisyong dulot ng edukasyon o kultura na pantay sa maaaring makamtan ng mga kalalakihan" (GS 29).

Sa panghuling mensahe para sa mga kababaihan, ganito ang katangi-tanging pahayag ng Konsilyo: "Mga kababaihan, nakasalalay sa inyo ang pagliligtas sa kapayapaan ng mundo."

• 36 •

Women Observers at Vatican II

Fifteen women attended the Council as official "auditors." The religious women of the USA were represented by Loretto Sister Mary Luke Tobin; she also served on the commission that drafted the Pastoral Constitution on the Church in the Modern World (*Gaudium et Spes*). Until her death in 2006 at the age of 98, she was an ardent pioneer in the postconciliar renewal of women's religious orders.

Recalling her experience, Sister Tobin has noted: "The presence of women in and around the Council hall called to consciousness the issues that women were facing.... I recall an incident when Rosemary Goldie, an auditor who held a curial position in Rome, and I were attending a meeting in preparation for documents to be presented to the bishops. Father Yves Congar, after presenting his position paper asked, 'What do you think of my presentation?' Rosemary replied: 'Père Congar, you can leave out all the pretty phrases about women and omit the flowers. Just make it clear that men *and women* constitute the Church'."

• 36 •

Mga Kababaihang Tagamasid sa Vaticano II

Labinlimang kababaihan ang dumalo sa Vaticano II bilang mga opisyal na "tagapakinig." Ang mga relihiyosang kababaihan mula sa Estados Unidos ay kinatawan ni Sister Mary Luke Tobin ng Loretto Sisters; naglingkod din siya sa komisyon na nagbalangkas ng Saligan sa Pastoral na Pagkilos ng Simbahan sa Makabagong Panahon *(Gaudium et Spes)*. Pagkatapos ng Konsilyo, masigasig siyang nanguna sa pagpapanibago sa iba't ibang mga kongregasyon ng mga madre hanggang bawian siya ng buhay sa edad na 98.

Nang balikan ni Sister Tobin ang kanyang karanasan, sinabi niya: "Ang presensya ng mga kababaihan sa loob at paligid ng Konsilyo ay tumawag pansin sa mga isyung hinaharap ng mga kababaihan.... Naalala ko ang isang pangyayari nang si Rosemary Goldie, isang tagapakinig na humawak rin ng katungkulan sa curia sa Roma, at ako, ay nasa isang pagpupulong para ihanda ang mga dokumentong ihaharap sa mga obispo. Inilahad ni Padre Yves Congar ang kanyang papel at pagkatapos ay tinanong si Rosemary: "Anong puna mo sa ginawa kong paglalahad?" Sagot ng babae: 'Père Congar, maaari ninyong alisin ang mga mabulaklak na mga talata tungkol sa mga kababaihan. Gawin lamang ninyong maliwanag na kapwa bumubuo sa Simbahan ang mga lalaki *at babae*'."

SISTER MARY LUKE TOBIN

• 37 •

The Church's Missionary Identity

A fundamental description of the Church in Vatican II is found in the second paragraph of the missionary decree *Ad Gentes*: "The pilgrim Church is missionary by her very nature." In short, the Council teaches that if the Church is not engaged in evangelization and an active preaching of the Gospel, she is not being faithful to her very self. A truly remarkable assertion!

Ad Gentes centers the Church's missionary identity in the Trinity. The Father sends Jesus Christ and together they send the Holy Spirit. Indeed, our Christian God, Father, Son and Spirit, is a "missionary God," a God who goes out of himself for the sake of others.

Why is our Trinitarian God missionary? Fundamentally, because *God is love* (cf. 1 Jn. 4:8, 16); all genuine love constantly seeks the good of the other.

Love motivated the Father to send Jesus on mission to save the world, not to condemn or abandon it (cf. Jn. 3:16). Are you on fire with God's love, a fire that can transform and light up the world?

Ang Simbahang Misyonero

Matatagpuan sa ikalawang talata ng dikretong *Ad Gentes* ang batayang paglalarawan ng Vaticano II sa Simbahan: "Sa kanyang kalikasan, ang Simbahang manlalakbay ay misyonero." Ibig sabihin, itinuturo ng Konsilyo na kung hindi abala ang Simbahan sa ebanghelisasyon at aktibong pangangaral ng Ebanghelyo, hindi siya nagiging tapat sa kanyang sarili. Isang tunay na mahalagang paninindigan! Ipinagitna ng *Ad Gentes* ang pagiging misyonero ng Simbahan sa Banal na Isangtatlo. Isinugo ng Ama si Hesukristo at magkasama nilang isinugo ang Banal na Espiritu. Tunay nga na ang Diyos nating mga Kristiyano —Ama, Anak, at Espiritu Santo—ay "isang Diyos na misyonero," isang Diyos na lumisan sa kanyang sarili para sa kapakanan ng kapwa.

Bakit nga ba misyonero ang Diyos natin na Isangtatlo? Ito'y sapagkat *ang Diyos ay pag-ibig* (tgn. 1 Jn 4:8, 16); lahat ng wagas na pag-ibig ay tapat na nilalayon ang ikabubuti ng kapwa.

Pag-ibig ang nag-udyok sa Ama para ipadala si Hesus sa misyon na iligtas ang mundo, hindi para sumpain o pabayaan ito (tgn. Jn 3:16). Nag-aalab ka ba sa pag-ibig ng Diyos, isang apoy na makapagpapanibago at magbibigay liwanag sa daigdig?

• 38 •

Family: The Domestic Church

The family has been called the "domestic church" by the Second Vatican Council in *Lumen Gentium* 11. This beautiful description suggests that the community of faith begins in the home, in the family unit.

Families beget new members for the Church. It is in the home that the faith is first transmitted by the word and example of parents. Love is best imbibed in the family setting; children learn to care for one another, share life in common, and to practice forgiveness and reconciliation. Family prayer and devotions can effectively foster the faith.

Pope Paul VI emphasized the role of the "domestic church" in his exhortation on evangelization, *Evangelii Nuntiandi* (71). He encouraged families to be conscious of their mission; the Christian family should become "the evangelizer of many other families."

Paul VI desired that "there should be found in every Christian family the various aspects of the entire Church." Strong family life is a special blessing from God!

• 38 •

Pamilya: Ang Simbahang Domestiko

Sa *Lumen Gentium* 11 tinawag ng Ikalawang Konsilyo Vaticano ang pamilya bilang "simbahang domestiko." Ipinapahiwatig sa magandang paglalarawang ito na ang pamayanan ng mga mananampalataya ay nagmumula sa tahanan, sa bahagi ng pamilya. Iniluluwal ang mga bagong kasapi ng Simbahan buhat sa pamilya. Sa loob ng tahanan unang ipinapasa ang pananampalataya sa pamamagitan ng salita at halimbawa ng mga magulang. Natututunang ganap ang pag-ibig sa loob ng pamilya. Natututong lumingap ang mga bata sa isa't isa, sama-samang pagsaluhan ang buhay, at matuto ng pagpapatawad at pagbabalik-loob. Naitataguyod ang pananampalataya sa pananalangin at mga debosyon ng mga pamilya.

Binigyang-diin ni Papa Pablo VI ang papel ng "simbahang domestiko" sa dokumentong *Evangelii Nuntiandi* (71) na panghihikayat para sa ebanghelisasyon. Hinikayat niya ang mga pamilya na magkaroon ng kamalayan ukol sa kanilang misyon; ang pamilyang Kristiyano ang dapat maging mga "tagapangaral ng Ebanghelyo sa maraming mga pamilya."

Hinangad ni Papa Pablo VI "na matagpuan sa bawat pamilyang Kristiyano ang sari-saring aspeto ng buong Simbahan." Isang natatanging pagpapala mula sa Diyos ang isang matatag na pamilya!

• 39 •

Universal Sacrament of Salvation

A unique description of the Church found in the documents of Vatican II notes that the Church is a "sacrament" (cf. LG 1, 48; SC 26; AG 5). This assertion may sound strange to the ears of Catholics who have been catechized to know only seven sacraments. What is the Council saying?

Employing a common description of sacrament as "an external sign instituted by Christ to give grace," one sees how this is true of the Church. Founded by Christ, the Church is visible in the world as a community of faith; she exists to be God's instrument in establishing the Kingdom of God.

To say that the Church is a "sacrament" means, in the words of Pope Paul VI, she is "a reality imbued with the hidden presence of God." Vatican II is challenging the Church (you and I) to be credible, concrete, witnesses of God's presence in today's world and in human history. To be such an authentic witness demands constant conversion and renewal—the very goals of Blessed John XXIII in calling Vatican II.

• 39 •

Pangkalahatang Sakramento ng Pagliligtas

Sa natatanging paglalarawan ng Vaticano II, tinukoy nito ang Simbahan bilang isang "sakramento" (tgn. LG 1, 48; SC 26; AG 5). Kakaiba ang pagpapahayag na ito para sa mga Kristiyanong nakababatid ng pitong mga sakramento. Ano ang nais sabihin ng Konsilyo ukol dito? Ang isang sakramento ay "isang panlabas na tanda na itinatag ni Kristo para magdulot ng biyaya." Ganito rin ang pang-unawa ng Konsilyo ukol sa Simbahan. Itinatag ni Hesukristo, hayag ang Simbahan sa daigdig bilang isang pamayanan ng mga mananampalataya. Umiiral ang Simbahan para maging kasangkapan ng Diyos sa pagtatatag niya ng Kaharian ng Diyos.

Ang Simbahan ay isang "sakramento" ayon sa pagtuturo ni Papa Pablo VI. Ito ay "isang katotohanang napupuspos ng nakakubling presensya ng Diyos." Hinahamon ng Vaticano II ang Simbahan (ikaw at ako) na maging mga pinaniniwalaan at mga tunay na mga saksi sa presensya ng Diyos sa kasalukuyan at sa kasaysayan ng tao. Para maging mga tunay na saksi, kailangan ang matapat na pagpapanibago at pagpapanumbalik—mga tunay na mithiin ni Beato Juan XXIII sa pagbuo niya sa Vaticano II.

• 40 •

Vatican II, War and Peace

Catholic teaching on war began to undergo a major transformation in the 1960s with the encyclical of John XXIII, *Pacem in Terris*. The pope spoke of the inappropriateness of war in the modern world.

John XXIII's thought was further developed by Vatican II in *Gaudium et Spes*. The document proclaimed the need to "undertake an evaluation of war with an entirely new attitude" (GS 80). Governments were called to provide legal protection for conscientious objectors (GS 78-79). Other topics included the need to more rigorously apply just-war criteria; the arms race was critiqued (GS 79-81).

Pope Paul VI took a very prophetic action during the fourth session of the Council. On October 4, 1965 [feast of Saint Francis of Assisi], the pope left the Council and traveled to the United Nations in New York. In his famous speech he passionately declared: "No more war, war never again."

In *Evangelii Nuntiandi* (37) Paul VI wrote: "We must say and reaffirm that violence is not in accord with the Gospel; it is not Christian."

Vaticano II, Digmaan at Kapayapaan

Nagsimula ang malaking pagbabago sa katuruang Katoliko ukol sa digmaan noong 1960 dahil sa dokumentong *Pacem in Terris* ni Papa Juan XXIII. Tinukoy ng Papa ang digmaan na hindi angkop sa makabagong panahon. Ang ganitong takbo ng pag-iisip ni Juan XXIII ay pinalawig ng Vaticano II sa *Gaudium et Spes*. Ipinahayag ng dokumento ang pangangailangang "gumawa ng pagtitimbang ukol sa digmaan habang taglay ang isang ganap at bagong saloobin" (GS 80). Nanawagan ito sa mga pamahalaan na magbigay ng proteksyong legal sa mga tumututol sa digmaan ayon sa kanilang konsiyensya (GS 78-79). Kabilang sa mga paksa ay ang mahigpit na pagsasaalang-alang ng digmaang-makatarungan bilang pamantayan sa digmaan; gumawa rin ng pagsusuri ukol sa paligsahan o padamihan ng armas pandigma (GS 79-81).

Sa ikaapat na sesyon ng Konsilyo, gumawa ng isang hakbang si Papa Pablo VI na maituturing na propetiko. Noong Oktubre 4, 1965 [kapistahan ni San Francisco ng Asis], iniwan ng Santo Papa ang Konsilyo at nagtungo sa United Nations sa New York. Sa kanyang talumpati, ipinahayag niya sa buong simbuyo ng damdamin: "Wala na muling digmaan, digmaan hindi na kailanman."

Sa *Evangelii Nuntiandi* (37) isinulat ni Pablo VI: "Kailangang sabihin natin at muling ipagdiinan na ang karahasan ay hindi naaayon sa Ebanghelyo; hindi ito Kristiyano."

• 41 •

The Church as Servant

In *Gaudium et Spes* (Church in the Modern World) the Council reminded all that the Church is to be a "servant Church," imitating Jesus himself who came "to serve and not to be served" (GS 3).

There are literally dozens of ways for the Church to imitate her servant-master: health-care, education, justice and peace, environmental preservation, promotion of women, interreligious dialogue, human rights, catechesis, media, proclamation; the list seems nearly endless.

However, it is not alone how much we do or accomplish; we must ask how deeply our efforts are imbued with the love of Christ; how deep is our faith-motivation?

In Vatican II the Church sought to teach and to promote a vision of a new humanity and a culture of life. Concrete service must always accompany lofty words and documents. Pope Paul VI has reminded us: "Modern man listens more willingly to witnesses than to teachers, and if he listens to teachers, it is because they are witnesses" (EN 41).

• 41 •

Ang Simbahan bilang Lingkod

Sa *Gaudium et Spes* (Ang Simbahan sa Makabagong Panahon) ipinaalaala ng Konsilyo sa lahat ng tao na ang Simbahan ay kailangan maging isang "Simbahang lingkod," tumutulad kay Hesus na pumarito mismo para maglingkod at hindi para paglingkuran" (GS 3).

Maraming mga paraan para matularan ng Simbahan ang kanyang lingkod at pinuno: sa sangay ng kalusugan, edukasyon, katarungan at kapayapaan, pangangalaga sa kalikasan, pagtataguyod sa kababaihan, pakikipagdiyalogo sa mga kasapi ng ibang pananampalataya, mga karapatang pantao, katesismo, media, pagpapahayag; tila hindi matatapos ang listahan.

Hindi dapat isaalang-alang lamang kung gaano kadami ang ating ginawa o tinapos; kailangang itanong natin sa ating sarili kung gaano napuspos ng pag-ibig ni Kristo ang ating mga pagpupunyagi; gaano kalalim ang pananampalatayang nag-uudyok sa atin?

Sa Vaticano II hinangad ng Simbahan na magturo at isulong ang isang pananaw tungo sa isang bagong sangkatauhan at kultura ng buhay. Kailangang tapatan ng kongkretong paglilingkod ang mga matatayog ng mga salita at dokumento. Ipinaalaala ni Papa Pablo VI: "Ang tao sa makabagong panahon ay nahihikayat makinig sa mga saksi sa halip na mga tagapagturo, at kung makikinig siya sa mga tagapagturo, ito'y sapagkat sila ay mga saksi" (EN 41).

CARDINAL RUGAMBWA

Paul VI Addresses Council Fathers

The closing ceremonies of Vatican II in 1965 included several messages addressed to diverse sectors of Church and society. By this action the Church wished to affirm that the deliberations of the Council were intended to serve *both* the Church as well as the entire world.

Speaking to all the bishop-participants of the Council, Pope Paul VI noted: "we are taking leave of one another to go out to the world of today with its miseries, its sufferings, its sins, but also with its prodigious accomplishments, its values, its virtues."

Paul VI said that the Council heard the pleading voices of contemporary humanity; it was precisely for them that the document *The Church and the Modern World* was prepared. The Council committed itself to fulfilling its "prophetic function" in the world and bringing truly "good news" to all humanity, a commitment that remains strong today, nearly five decades after the close of Vatican II.

• 42 •

Pahayag ni Pablo VI
sa mga Miyembro ng Konsilyo

Sa pagtatapos ng Vaticano II noong 1965 ilang mga pahayag ang ipinaabot sa iba't ibang sektor ng Simbahan at lipunan. Sa ganitong paraan nilayon ng Simbahan na patotohanan na ang mga pagbubulay-bulay ng Konsilyo ay para sa kapakanan ng Simbahan at ng buong daigdig. Sa pagsasalita niya sa lahat ng mga obispong kalahok sa Konsilyo, ipinaalala ni Papa Pablo VI: "maghihiwalay tayo upang tumungo sa kasalukuyang daigdig taglay ang kanyang mga pagdurusa, paghihirap, mga kasalanan, subalit taglay din ang kanyang mga kahanga-hangang kahusayan, mga pinapahalagahan, at kabutihan."

Sinabi ni Pablo VI na pinakinggan ng Konsilyo ang mga hinaing ng kasalukuyang panahon; tanging para sa kanila kaya binuo ang dokumentong tulad ng *Ang Simbahan at ang Makabagong Panahon*. Tinupad ng Konsilyo ang kanyang pagiging "propeta" sa daigdig at tagapaghatid ng "mabuting balita" sa buong sangtinakpan, isang pananagutan na nananatili hanggang ngayon, halos limang dekada pagkaraan ng pagtatapos ng Vaticano II.

• 43 •

Vatican II Speaks to Civil Rulers

In a closing message of Vatican II, it was asserted that all "who hold in their hands the destiny of people of this earth [and] all who hold temporal power" occupy a position that is a sacred trust: "Your task is to be in the world the promoters of order and peace among people."

Civil rulers were reminded: "It is God, the living and true God, who is the Father of all.... Only God is great.... God alone is the beginning and the end. God alone is the source of your authority and the foundation of your laws."

The Council Fathers made several requests of civil rulers. The Church "asks of you only liberty, the liberty to believe and to preach her faith, the freedom to love her God and serve Him, the freedom to live and to bring to people her message of life.... Allow Christ to exercise His purifying action on society.... Allow us to spread everywhere without hindrance the Gospel of peace on which we have meditated during this Council."

• 43 •

Ang Vaticano II sa mga Lider ng Lipunan

Sa isang mensahe sa pagtatapos ng Vaticano II, nanindigan ang Konsilyo na lahat ng nagtataglay ng kapangyarihan ukol sa kinabukasan ng mga tao sa mundo ay humahawak ng isang posisyon ng pagtitiwala: "Ang tungkulin ninyo ay maging tagapagtaguyod dito sa daigdig ng kaayusan at kapayapaan sa mga tao."

Pinaalalahanan ang mga pinunong sibil: "Tanging ang Diyos, ang buhay at totoong Diyos, ang siyang Ama ng lahat.... Tanging Diyos lamang ang dakila.... Tanging Diyos lamang ang simula at wakas. Tanging ang Diyos ang bukal ng inyong kapangyarihan at ang saligan ng inyong mga batas."

Nanawagan ang mga kasapi ng Konsilyo sa mga pinunong sibil. Hinihiling ng Simbahan mula sa inyo "ang kasarinlan, ang kalayaang manalig at ipahayag ang kanyang pananampalataya, ang kalayaang ibigin at paglingkuran ang kanyang Diyos, ang kalayaang mabuhay at ihatid sa tao ang kanyang mensahe ng buhay.... Pahintulutan si Hesus na ganapin ang Kanyang paglilinis sa lipunan.... Pahintulutan lumaganap sa lahat ng dako at walang balakid ang Ebanghelyo ng kapayapaan na pinagnilayan natin sa Konsilyong ito."

• 44 •

Message to Academics and Scientists

The Second Vatican Council sent a "very special greeting" to "seekers after truth..., people of thought and science, explorers of humanity, of the universe, and of history."

This special message was sent, because the participants of the Council, like academics and scientists, are always "on the outlook for truth." The four-year Council was "a more attentive search for and deepening of the message of truth entrusted to the Church and an effort at more perfect docility to the Spirit of truth."

The Church and academics serve humanity through their collaboration. "We are the friends of your vocation as searchers, companions in your fatigues, admirers of your successes and, if necessary, consolers in your discouragement and your failures."

The Council encouraged these "truth-seekers" and reiterated words of Saint Augustine: "Let us seek with the desire to find, and find with the desire to seek still more."

• 44 •

Pahayag sa mga Akademiko at mga Siyentipiko

Ipinaabot ng Vaticano II ang "isang natatanging pagbati" sa "mga naghahanap sa katotohanan..., mga palaisip at ng agham, mga nanggagalugad sa pagkatao ng tao, ng sansinukuban, at ng kasaysayan."

Ipinaabot ang natatanging kalatas na ito sapagkat ang mga kalahok sa Konsilyo, tulad ng mga akademiko at mga siyentipiko, ay palaging "nakatanod para sa katotohanan."

Ang apat na taong Konsilyo ay "isang higit na mapagmasid na paghahanap at pagpapalalim sa mensahe ng katotohanang ipinagkatiwala sa Simbahan at isang pagsisikap sa higit na wagas na pagtalima sa Espiritu ng katotohanan."

Kapwa naglilingkod ang Simbahan at ang mga akademiko sa pamamagitan ng kanilang pagtutulungan. "Kami ang mga kaibigan ng inyong bokasyon bilang mga mananaliksik, kadamay ninyo sa inyong pagpapagal, tagahanga sa inyong mga tagumpay at kung kinakailangan, taga-aliw sa panahon na kayo'y nasisiraan ng loob at nabibigo."

Pinalakas ng Konsilyo ang loob ng mga "naghahanap sa katotohanan" at inulit ang mga salita ni San Agustin: "Maghanap tayo taglay ang hangaring makatagpo, at makatagpo nawa tayo na may hangaring muli pa tayong makapaghanap."

• 45 •

The Council Speaks to Artists

A sincere and heartfelt message was sent to all artists, those "who are taken up with beauty and work for it: poets and literary persons, painters, sculptors, architects, musicians, men and women devoted to the theatre and the cinema. To all of you, the Church of the Council declares to you through our voice: if you are friends of genuine art, you are our friends."

Recognizing artists' contributions, "the Church has long since joined in alliance with you ... [because] you have aided her in translating her divine message in the language of forms and figures, making the invisible world palpable. Today, as yesterday, the Church needs you and turns to you.... Do not close your mind to the breath of the Holy Spirit."

"This world in which we live needs beauty.... It is beauty, like truth, which brings joy to the human heart.... And all of this is through your hands.... Remember that you are guardians of beauty in the world."

• 45 •

Ang Konsilyo sa mga Alagad ng Sining

Isang taimtim at taos-pusong pasasalamat ang ipinaabot sa lahat ng mga alagad ng sining, yaong "nabighani ng kagandahan at naglilingkod para rito: mga makata at mga manunulat, dibuhista, iskultor, arkitekto, musikero, yaong mga mapagmahal sa teatro at pelikula. Sa inyong lahat, ipinapahayag ng Simbahan ng Konsilyo: kung kaibigan kayo ng tunay na sining, kaibigan namin kayo."

Kumikilala sa ambag ng mga alagad ng sining, "malaon nang naging kapanalig ninyo ang Simbahan ... [sapagkat] tinulungan ninyo siyang isalin ang mensahe ng Diyos sa pamamagitan ng mga anyo at hugis, ginawang nadarama ang salitang hindi nakikita. Ngayon, gaya kahapon, kailangan kayo ng Simbahan at hinihimok kayo.... Huwag ninyong isara ang inyong isip sa udyok ng Espiritung Banal."

"Kailangan ng ating daigdig ang kagandahan.... Ang kagandahan, gaya ng katotohanan ay nagdudulot ng tuwa sa puso ng tao.... At lahat nang ito'y sa pamamagitan ng inyong mga kamay.... Tandaan ninyong kayo'y mga tagapangalaga ng kagandahan sa daigdig."

• 46 •

Council Message to the Poor, Sick and Suffering

Vatican II sought to view the Church as a "community of compassion." In its document on the Church, one reads that the Church "recognizes in the poor and suffering the likeness of her poor and suffering Founder. She does all she can to relieve their need and in them she strives to serve Christ" (LG 8).

As the Council concluded, a message was sent to "all of you, brothers and sisters in trial, who are visited by suffering under a thousand forms." Identifying with their plight, the Council Fathers continued: "Christ did not do away with suffering.... He took suffering upon Himself and this is enough to make you understand its value. All of you who feel heavily the weight of the cross..., you are saving the world."

"This is the Christian science of suffering, the only one which gives peace. Know that you are not alone, separated, abandoned or useless. You have been called by Christ and are His living and transparent image."

• 46 •

Mensahe ng Konsilyo sa mga Dukha, Maysakit at mga Naghihirap

Hinangad ng Vaticano II na tingnan ang Simbahan bilang isang "pamayanan ng pagkahabag." Sa dokumento ukol sa Simbahan, mababasa dito na kinikilala ng Simbahan "ang mga dukha at mga naghihirap na kawangis ng kanyang dukha at naghihirap na Tagapagtatag. Ginagawa niya ang lahat upang tugunan ang kanilang mga pangangailangan at paglingkuran si Kristo sa kanilang pagkatao" (LG 8).

Sa pagtatapos ng Konsilyo, ipinahatid ang isang mensahe sa "lahat sa inyo, mga kapatid na dumadaan sa pagsubok, na nakakaranas ng iba't ibang mga anyo ng paghihirap." Nakiisa ang mga pari ng Konsilyo sa kanilang dinaranas at sinabing: "Hindi tinanggal ni Kristo ang paghihirap.... Inako Niya ang paghihirap para sa Kanyang sarili at sapat na ito para maunawaan natin ang kahalagahan nito. Lahat kayong nakadarama sa bigat ng krus..., inililigtas ninyo ang daigdig."

"Ito ang agham ng paghihirap para sa mga Kristiyano, ang natatanging nagdudulot ng kapayapaan. Batid ninyong hindi kayo nag-iisa, hiwalay, pinabayaan o walang halaga. Tinawag kayo ni Kristo at kayo ang kanyang buhay at naaaninag na larawan."

Various Bishops

• 47 •

Message to Workers

In its reflection on *The Church in the Modern World*, Vatican II asserts that the human person is always of primary value; human work must necessarily enhance human dignity.

The Council Fathers state: "we hold that by offering his labor to God a person becomes associated with the redemptive work of Jesus Christ, who conferred an eminent dignity on labor when at Nazareth He worked with his own hands" (GS 67).

A Council message to workers notes: "Pope John XXIII ... gave a shining example of the Church's love for working people as well as for truth, justice, liberty and charity, on which is founded the peace of the world. We wish also to be before you witnesses of this love of the Church for you workers.... The Church is your friend."

The Council encourages workers to have faith, because it will "bring you to the knowledge of Jesus Christ, your Companion in work, Master and Savior of the whole human race."

• 47 •

Pahayag sa mga Manggagawa

Sa pagninilay nito sa *Simbahan sa Makabagong Panahon*, nanindigan ang Vaticano II na ang tao ang may pangunahing halaga tuwina; ang trabaho ng tao ay kailangang magpatingkad sa kanyang dignidad. Ipinahayag ng mga miyembro ng Konsilyo: "naniniwala kami na sa pag-aalay ng kanyang gawain sa Diyos, ang tao'y nagiging kabahagi sa gawaing pagliligtas ni Hesukristo, na naggawad ng dakilang karangalan sa paggawa nang sa Nazaret nagtrabaho siya gamit ang kanyang mga kamay" (GS 67).

Sa isang naitalang mensahe ng Konsilyo para sa mga manggagawa: "Nagbigay si Papa Juan XXIII ng isang maningning na halimbawa ng pagmamahal ng Simbahan sa mga manggagawa gayon din sa katotohanan, katarungan, kalayaan at kawanggawa, na siyang batayan ang kapayapaan ng daigdig. Nais din naming maging mga saksi para sa inyo sa pag-ibig ng Simbahan para sa inyo mga manggagawa.... Ang Simbahan ay inyong kaibigan."

Pinapalakas ng Konsilyo ang loob ng mga manggagawa para magkaroon ng pananampalataya, "dahil ito ang maghahatid sa inyo sa pagkilala kay Hesukristo, ang Kasama ninyo sa paggawa, Dakilang Guro at Tagapagligtas ng buong sangtinakpan."

• 48•

Message to the Youth

The final message issued by Vatican II was addressed to the youth; it vigorously notes many challenges and expectations.

"It is for you youth, especially for you, that the Church now comes through her Council to enkindle your light, the light which illuminates the future, your future. The Church is anxious that this society that you are going to build up should respect the dignity, the liberty and the rights of individuals. These individuals are you."

The Church believes that the youth "will know how to affirm faith in life and in what gives meaning to life, that is to say, the certitude of the existence of a just and good God.... Be generous, pure, respectful and sincere, and build in enthusiasm a better world."

The youth are challenged: "Look upon the Church and you will find in her the face of Christ, the genuine, humble and wise hero, the prophet of truth and love, the companion and friend of youth."

• 48•

Mensahe para sa mga Kabataan

Ang pangwakas na mensaheng ibinigay ng Vaticano II ay pahayag para sa mga kabataan; masusing binigyang-diin dito ang maraming mga paghamon at mga inaasahan sa mga kabataan.

"Sadyang para sa inyo mga kabataan, lalo na para sa inyo, na lumalapit sa inyo ngayon ang Simbahan, sa pamamagitan ng kanyang Konsilyo, para pukawin ang liwanag, ang liwanag na tumatanglaw sa kinabukasan, ang inyong kinabukasan. Hinahangad ng Simbahan na ang lipunang inyong itatatag ay may paggalang sa karangalan, kalayaan at mga karapatan ng mga indibiduwal. Ang mga indibiduwal na ito ay kayo."

Naniniwala ang Simbahan na ang mga kabataan ay "may kakayahang gawing bahagi ng kanilang buhay ang pananampalataya at anumang nagdudulot ng kahulugan sa kanilang buhay. Ito ay ang katiyakan ng isang makatarungan at mabuting Diyos.... Maging bukas-palad, dalisay, magalang at tapat, at itaguyod nang may sigla ang higit na mabuting daigdig."

Hinamon ang mga kabataan: "Masdan ninyo ang Simbahan at makikita ninyo sa kanya ang mukha ni Kristo, ang tunay, mababang-loob at matalinong bayani, ang propeta ng katarungan at pag-ibig, ang karamay at kaibigan ng kabataan."

• 49 •

Implementing Vatican II

As the Church celebrates the fiftieth anniversary of the Second Vatican Council (1962-1965), questions remain on how best to pastorally integrate its insights in Church life.

Undoubtedly, the texts of the sixteen Council documents must be understood and put into practice *as a whole*; it is not sufficient to stress certain aspects, while neglecting others. For example, one cannot assert that the teachings on religious life and priesthood are fine, while disregarding the vision of ecumenism and interreligious dialogue.

In addition, it would be wrong to distinguish between the pre-conciliar and the post-conciliar Church in a manner that suggests the post-conciliar Church is somehow a "new Church." Vatican II belongs within the evolving tradition of the previous twenty universal councils. Pope Benedict XVI asserts that the "hermeneutics of reform and continuity" capture the proper attitude for appreciating the great gift of the Spirit that was Vatican II.

Pagsasakatuparan sa Vaticano II

Ngayong patungo ang Simbahan sa ika-50 taong anibersaryo ng Ikalawang Konsilyo Vaticano (1962-1965), may mga katanungan pa rin kung paano maisasakatuparan sa buhay ng Simbahan, sa pinakamabisang paraan, ang mga natalos na katotohanan.

Kailangang unawain at isakatuparan lahat ng nasusulat sa labing-anim na mga dokumento ng Vaticano II bilang *isang kabuuan;* hindi sapat na bigyang-diin ang ilan lamang mga aspeto nito, at hindi bigyang-halaga ang iba. Halimbawa, hindi maaaring sabihin na mainam ang mga katuruan ukol sa buhay relihiyoso at pagkapari, samantalang binabalewala ang pangarap ng ekumenismo at diyalogo sa ibang mga relihiyon.

Hindi rin tama na ibukod ang Simbahan bago ang Konsilyo at pagkatapos ng Konsilyo na tila nagpapahiwatig na ang Simbahan pagkatapos ng Konsilyo ay isang "bagong Simbahan." Kabahagi ang Vaticano II sa pag-inog ng tradisyon ng naunang dalawampung konsilyong unibersal. Nanindigan si Papa Benedicto XVI na ang "katapatan sa kahulugan ng reporma at pagpapatuloy" ang tamang paraan sa pag-papahalaga sa Vaticano II, ang dakilang handog ng Espiritu.

• 50 •

A Compass for the Future

Several popes have asserted the relevance of Vatican II for the life of the Church. John XXIII saw the Council as a "new Pentecost" in the Church.

Paul VI noted: "The Council is like a spring that becomes a river. The river's current follows us even though its spring may be far away. One may say that the Council leaves itself as a legacy to the Church that held it." Indeed, "the first challenge of the Church is to always live Pentecost."

John Paul II asserted that the Council has been "a gift of the Spirit to his Church." "The Conciliar documents ... have not lost their value nor their brilliance.... In the Council we have received a sure compass to guide us on the path of the century that is beginning."

Benedict XVI forcefully noted: "Pope John Paul II rightly pointed out the Council as a 'compass' by which to take our bearings in the vast ocean of the third millennium.... I also wish to confirm my determination to continue to put the Second Vatican Council into practice."

• 50 •

Patnubay tungo sa Kinabukasan

Ilang mga Santo Papa ang nanindigan sa kahalagahan ng Vaticano II para sa buhay ng Simbahan. Para kay Juan XXIII, ang Konsilyo ay isang "bagong Pentekostes" sa Simbahan. Mula kay Pablo VI: "Ang Konsilyo ay tulad ng isang bukal na naging ilog. Sinusundan tayo ng agos ng ilog bagamat malayo ang bukal na pinagmumulan nito. Maaaring sabihin na iniwan ng Konsilyo ang kanyang sarili bilang isang pamana sa Simbahan na bumuo sa kanya." Tunay ngang "ang unang hamon ng Simbahan ay ang patuloy na isabuhay ang Pentekostes."

Ipinahayag ni Juan Pablo II na ang Konsilyo ay naging "isang handog ng Espiritu sa kanyang Simbahan." "Hindi nabawasan ang halaga o nawala ang ningning ng mga dokumento ng Konsilyo.... Sa Konsilyo tumanggap tayo ng isang tiyak na patnubay na aalalay sa atin sa pagtahak sa bagong siglong nagsisimula."

Mariing idiniin ni Benedicto XVI: "Tama ang pahayag ni Papa Juan Pablo II nang tukuyin niya ang Konsilyo bilang isang patnubay na gagabay sa atin sa malawak na karagatan ng ikatlong milenyo.... Nais ko ring pagtibayin ang determinasyon kong isulong na maisakatuparan at maisabuhay ang Ikalawang Konsilyo Vaticano."

CHRONICLE OF VATICAN II

January 25, 1959: Pope John XXIII at Saint Paul's Outside the Walls announces his intention to summon a Council.

July 20, 1962: Invitations are sent to separated Christian Churches and Communities to send delegate-observers to the Council.

October 11, 1962: The Second Vatican Ecumenical Council solemnly opens. John XXIII gives his opening address: *Gaudet Mater Ecclesia.*

October 20, 1962: The Council issues its "Message to Humanity."

December 8, 1962: The First Session of the Council concludes without any completed results or approved documents.

April 11, 1963: John XXIII issues his encyclical *Pacem in Terris.*

June 3, 1963: Pope John XXIII dies.

June 21, 1963: Pope Paul VI is elected and announces his intention to continue the Council.

September 29, 1963: The Second Session of the Council opens.

December 4, 1963: The Second Session of the Council closes.

September 14, 1964: The Third Session of the Council opens.

November 21, 1964: The Third Session closes; Pope Paul proclaims the title of Mary as Mother of the Church.

March 7, 1965: The reformed Eucharistic liturgy is inaugurated; Pope Paul celebrates Mass in the vernacular.

September 14, 1965: The fourth and final session of the Council opens.

October 4-5, 1965: Pope Paul travels to New York to address the United Nations General Assembly.

December 8, 1965: The Second Vatican Ecumenical Council solemnly closes in Saint Peter's Square. The messages addressed to various sectors of society are read.

SIXTEEN VATICAN II DOCUMENTS

CONSTITUTIONS

Lumen Gentium	The Church
Dei Verbum	Divine Revelation
Sacrosanctum Concilium	Sacred Liturgy
Gaudium et Spes	The Church Today

DECREES

Inter Mirifica	Social Communications
Unitatis Redintegratio	Ecumenism
Orientalium Ecclesiarum	Eastern Churches
Christus Dominus	Bishops
Optatam Totius	Priestly Formation
Perfectae Caritatis	Religious Life
Apostolicam Actuositatem	Laity
Presbyterorum Ordinis	Priests
Ad Gentes	Missionary Activity

DECLARATIONS

Gravissimum Educationis	Christian Education
Nostra Aetate	Non-Christian Religions
Dignitatis Humanae	Religious Freedom

VATICAN II: BRIEF BIBLIOGRAPHY

Alberigo, G. *A Brief History of Vatican II.* Maryknoll, NY: Orbis Books, 2006.

Dulles, A. "Vatican II Reform: The Basic Principles," *Church* 1:2 (Summer, 1985): 3-10.

Gaillardetz, R. and **C. Clifford.** *Keys to the Council: Unlocking the Teaching of Vatican II.* Collegeville, MN: Liturgical Press, 2012.

Hahnenberg, E. *A Concise Guide to the Documents of Vatican II.* Cincinnati: St. Anthony Messenger Press, 2007.

Komonchak, J. **[A]** "Ecclesiology of Vatican II," *Origins* 28:44 (April 22, 1999): 763-768. **[B]** "Remembering Good Pope John, *Commonweal* 127:14 (August 11, 2000): 11-16.

Kroeger, J. **[A]** *The Documents of Vatican Council II.* Pasay City, Philippines: Paulines, 2011. **[B]** *Exploring the Treasures of Vatican II.* Quezon City, Philippines: Claretian Publications and Jesuit Communications, 2011. **[C]** "Philippine Participation in the Second Vatican Ecumenical Council," *Philippiniana Sacra* 42:124 (2007): 173-182. **[D]** *The Second Vatican Council and the Church in Asia: Readings and Reflections.* Hong Kong: FABC, 2006.

O'Collins, G. *Living Vatican II: The 21st Council for the 21st Century.* New York: Paulist Press, 2006.

O'Malley, J. [A] *What Happened at Vatican II.* Cambridge, MA: Harvard University Press, 2008. **[B]** "What Happened and Did Not Happen at Vatican II," *Theology Digest* 53:4 (Winter 2006): 331-344.

Ratzinger, J. (Benedict XVI). **[A]** "The Ecclesiology of Vatican II," *Origins* 15 (1985): 370-376. **[B]** "Interpreting Vatican II," *Origins* 35:32 (2006): 534-539. **[C]** *Theological Highlights of Vatican II.* New York: Paulist Press, 1966 and 2009.

Rynne, X. *Vatican Council II.* Maryknoll, NY: Orbis Books, 1999.

INTERNET SOURCES:

vatican.va/archive/hist....

This site contains the complete documents of Vatican II in several Western, Asian, and African languages.

stjosef.at/council/search

This site provides a fulltext search of all Vatican Council II documents.

vatican2voice.org

Here one finds good commentaries on the Council.

RECENT BOOKS
BY JAMES H. KROEGER

EXPLORING THE TREASURES OF VATICAN II.
Quezon City, Philippines: Claretian Publications and
Jesuit Communications, 2011.

THE DOCUMENTS OF VATICAN COUNCIL II.
Pasay City, Philippines: Paulines, 2011.

A FIERY FLAME: ENCOUNTERING GOD'S WORD.
Quezon City, Philippines: Claretian Publications,
Insta Publications, and Jesuit Communications, 2010.

THEOLOGY FROM THE HEART OF ASIA: I - II.
Quezon City, Philippines: Claretian Publications, 2008.

ARE NOT OUR HEARTS BURNING? 75 YEARS OF THE
PONTIFICAL MISSION SOCIETIES OF THE PHILIPPINES.
Sampaloc, Manila: Pontifical Mission Societies, 2008.

ONCE UPON A TIME IN ASIA: STORIES OF HARMONY AND PEACE.
Maryknoll, New York: Orbis Books, 2006 [ten translations].

BECOMING LOCAL CHURCH: HISTORICAL, THEOLOGICAL
AND MISSIOLOGICAL ESSAYS.
Quezon City, Philippines: Claretian Publications, 2003.

THE FUTURE OF THE ASIAN CHURCHES:
THE ASIAN SYNOD AND *ECCLESIA IN ASIA*.
Quezon City, Philippines: Claretian Publications, 2002.

SONS OF SAN JOSE: THE JOSEFINO SPIRIT—A PROFILE.
Quezon City, Philippines: San Jose Seminary Alumni Association, 2002.

TELLING GOD'S STORY: NATIONAL MISSION CONGRESS 2000.
Quezon City, Philippines: Claretian Publications, 2001.

TELL THE WORLD: CATECHETICAL MODULES
FOR MISSION ANIMATION.
Quezon City, Philippines: Claretian Publications, 2000.

ASIA-CHURCH IN MISSION.
Quezon City, Philippines: Claretian Publications, 1999.

LIVING MISSION: CHALLENGES IN EVANGELIZATION TODAY.
Maryknoll, New York: Orbis Books, 1994, 2009.